GW01326080

I

ஆயுத எழுத்து

மலாலா

ஆயுத எழுத்து

ரஞ்சனி நாராயணன்

கிழக்கு

மலாலா: ஆயுத எழுத்து
Malala: Ayudha Ezhuthu
by Ranjani Narayanan ©

First Edition: January 2015
104 Pages
Printed in India.

ISBN 978-93-84149-00-0
Kizhakku - 790

Kizhakku Pathippagam
177/103, First Floor,
Ambal's Building, Lloyds Road,
Royapettah, Chennai 600 014.
Ph: +91-44-4200-9603

Email : support@nhm.in
Website : www.nhm.in

Author's Email: renjini57@gmail.com

Cover Image: United Nations website

LONDON BOROUGH OF MERTON LIBRARIES	
M00514861	BFBA068855
BOOKS ASIA	30/01/2017
TAM 920 YOU	£15.47

Kizhakku Pathippagam is an imprint of New Horizon Media Private Limited.

This book is sold subject to the condition that it shall not, by way of trade or otherwise, be lent, resold, hired out, or otherwise circulated without the publisher's prior written consent in any form of binding or cover other than that in which it is published and without a similar condition including this the rights under copyright reserved above, no part of this publication may be reproduced, stored in or introduced into a retrieval system, or transmitted in any form or by any means (electronic, mechanical, photocopying, re-cording or otherwise), without the prior written permission of both the copy-right owner and the above-mentioned publisher of this book.

•••

என்னுடைய எழுத்துக்களுக்கு
மிகவும் துணை புரியும் எனது கணவர்
திரு. நாராயணன் அவர்களுக்கு
இந்தப் புத்தகத்தை சமர்ப்பிக்கிறேன்.

•••

1. அசாத்தியமான துணிச்சல்

அடுப்பூதவும், குழந்தைகள் பெற்றுக் கொள்ளவுமே படைக்கப்பட்ட பெண்களுக்கு எதற்குக் கல்வி என்று கேட்ட தாலிபன்களுக்கு 'திருக்குரானில் எங்காவது எழுதியிருக்கிறதா, பெண்கள் படிக்கக் கூடாது, பள்ளிக்குப் போகக்கூடாது என்று?' என்று பதிலடி கொடுத்து அவர்கள் வாயை மூடியவள்.

'எனக்குக் கல்வியை மறுக்க என்ன தைரியம் இந்த தாலிபன் களுக்கு?' என்று தனது 11வது வயதிலேயே கேட்டவள். தனது தந்தையுடன் சேர்ந்து தாலிபன்களின் கட்டுப்பாடுகளுக்கு எதிராக மேடையில் முழங்கியவள்.

தாலிபன்கள் ஸ்வாட் பள்ளத்தாக்கில் பள்ளிகளை இடித்த போது 'நான் தரையில் உட்கார்ந்து கொள்ளுகிறேன், பரவா யில்லை. எனக்கு வேண்டியது கல்வி' என்று தனது குறிக் கோளை தெளிவாகச் சொன்னவள். 'கல்வி என்பது ஒவ் வொரு குழந்தையின் உரிமை. அதை யாரும் எனக்கு மறுக்க முடியாது' என்று அழுத்தம்திருத்தமாகச் சொன்னவள்.

இப்படிப் பேசியதற்காக, பள்ளியிலிருந்து வரும் வழியில் தாலிபன்களால் தலையில் சுடப்பட்டு கிட்டத்தட்ட இறந்து பிழைத்தவள். '2012 ஆம் ஆண்டு அக்டோபர் மாதம் என் நெற்றியின் இடது பக்கத்தில் பாய்ந்த குண்டு, அமைதி, கல்வி, சுபிட்சம் இவற்றைப் பரப்புவதில் எனக்குண்டான நெஞ்சுறுதியைக் கொஞ்சமும் குறைக்கவில்லை. இந்த வெறித்தனமான தாக்குதல் என்னிடம் எந்த மாற்றத்தையும் ஏற்படுத்தவில்லை. மாறாக எனது பயம், பலவீனம், நம்பிக்கையின்மை எல்லாம் மாய்ந்து போனது' என்று புதிய பிறவி எடுத்த பின் சொன்னவள்.

‘ஒரு குழந்தை, ஒரு பேனா, ஒரு புத்தகம் போதும் இந்த உலகை மாற்ற’ என்று ஐக்கிய நாடுகள் சபையில் உலகத்தில் இருக்கும் கல்வி கற்க முடியாத அத்தனை குழந்தைகளுக்காகவும் குரல் கொடுத்து, ‘நான் இப்போது குரலை உயர்த்திப் பேசுவது என்னால் சத்தம் போட முடியும் என்பதற்காக இல்லை. இப்படிக் குரல் கொடுக்க முடியாதவர்களின் குரல்களும் கேட்கப்படவேண்டும் என்பதற்காகத்தான்’ என்றவள். ‘எங்களுக்குக் கல்வியைக் கொடுங்கள்’ என்று உலகத் தலைவர்களைக் கேட்டவள்.

‘தீவிரவாதக் குழுக்களால் துப்பாக்கி மூலம் என்னை மௌனிக்கச் செய்யமுடியாது. தீவிரவாதிகளுக்குப் புத்தகங்களையும், எழுதுகோல் களையும் கண்டு அச்சம். கல்வியின் மகத்தான சக்தியைக் கண்டு பயப் படுகிறார்கள்’ என்ற உண்மையை உலகுக்குச் சொன்னவள்.

பெண்களுக்குக் கல்வி அவசியம் என்பதைப் பிரசாரம் செய்ததற்காக தாலிபன் தீவிரவாதிகளால் தலையில் சுடப்பட்ட பின்னும் தனது கல்விக்கான போராட்டத்தைத் தொடர்ந்தற்காக2014ம் ஆண்டு உலக அமைதிக்கான பரிசு பெற்ற பாகிஸ்தானைச் சேர்ந்த பதின்மவயது சிறுமிதான் இந்த மலாலா.

மலாலாவை ஏன் உலகம் விரும்புகிறது? இதற்கு டெல்லியைச் சேர்ந்த பத்திரிக்கையாளர் ஷிவம் விஜ் ட்ரிப்யூன் பத்திரிகையில் தாம் எழுதிய கட்டுரையில் விடை கொடுக்கிறார்: யாராவது என் தலையில் துப்பாக்கியை வைத்து மிரட்டும்போது நான் அவர்களுடைய ஆணைக்குக் கட்டுப்பட்டுத்தானே ஆகவேண்டும்? அடக்குமுறை யாளர்களின் அட்டகாசத்தைவிட கொடுமையானது அதனைச் சகித்துக் கொண்டு போவது. தனக்கு நேரும் அவமானங்களை எதிர்ப்புக் காட்டாமல் பொறுத்துக் கொள்பவர்கள், அடக்குமுறையாளர்களை விட அதிகம் தவறு செய்தவர்கள் ஆவார்கள், இல்லையா?

மலாலாவின் சரித்திரம் இதனால்தான் முக்கியத்துவம் பெறுகிறது. மலாலாவைப் பார்க்கும்போதெல்லாம் வியப்பு மேலிடுகிறது. அவளது நேர்முகப் பேட்டிகளும், சொற்பொழிவுகளும் ஒரு விஷயத்தை நமக்கெல்லாம் திரும்பத்திரும்ப நினைவுபடுத்துகிறது: இளைய தலைமுறையின் கனவுகளைப் பெரியவர்களாகிய நாம் கொன்றுவிடுகிறோம். இந்தச் சிறுமியிடம் இருக்கும் அசாத்திய தைரியம், உறுதி, பேரார்வம் நம்மைப் பார்த்து ‘எதற்கு நீங்கள் லாயக்கு?’ என்று கேட்பது போல இருக்கிறது. இப்படிக் கேட்பதன்மூலம் இந்த உலகத்தில் நாம் சந்திக்கும் சிறிய, பெரிய அநீதிகளுக்கு எதிராக நம்மை எழுந்து போராடச் செய்கிறாள். டேவிட் கோலியாத் கதையைப் போல ஒரு பெண் குழந்தைக்கு எதிராகத்

துப்பாக்கியுடன் ஒருவன். இந்த நிஜம் நம்மை ஆளில்லா விமானத் தாக்குதல்களையும் மீறிய ஒரு உலகத்துக்கு அழைத்துச் செல்கிறது.

அது மட்டுமல்ல; மலாலாவின் தைரியம் பாகிஸ்தானையும், அதன் அரசியல் விவாதங்களையும் தாண்டியது. கொலை பயமுறுத்தல்களையும் தாண்டி மலாலா எழுந்து நின்றிருப்பது சாதாரணப் பெண்களுக்கும் குடும்பத்தாலும், சமூகத்தாலும் ஒடுக்கப்படும் பெண்களுக்கும் உத்வேகம் கொடுக்கும் ஒரு செயல். அவளது தந்தையின் தூண்டுதலால் மலாலா செயல்படுவது போல வெளியில் தோன்றினாலும், அவள் பேசத் தொடங்கினால் அவளுக்கென்று ஒரு சுயம் இருப்பது தெரிய வருகிறது. தாலிபன்களுக்கு எதிராக ராணுவ நடவடிக்கையை மலாலா ஆதரிக்கவில்லை; மாறாக அவர்களுக்குக் கல்வி கொடுங்கள் என்கிறாள். இந்தக் காரணங்களாலேயே மலாலா தனித்து நிற்கிறாள்' என்கிறார் ஷிவம்.

வடமேற்கு பாகிஸ்தானிலுள்ள ஸ்வாட் பள்ளத்தாக்கில் பிறந்த இந்தச் சிறுமி எப்படி உலகப் புகழ் பெற்றாள்? தன் ஒருத்தியின் உரிமைக்காக, கல்விக்காகக் குரல் கொடுக்காமல் உலகத்திலுள்ள பள்ளி செல்லா குழந்தைகள் அனைவருக்காகவும் குரல் கொடுத்ததாலா? தாலிபன்களின் அடக்குமுறையில் ஸ்வாட் பள்ளத்தாக்கு சிக்கியபோது தைரியமாக அதைப்பற்றி பிபிசி வலைப்பதிவில் எழுதத் துணிந்தாளே, அதனாலா?

ஒவ்வொரு நாளும் தாலிபன்களின் அட்டகாசம் ஸ்வாட் பள்ளத்தாக்கின் அமைதியைக் கிழித்துக் கொண்டிருந்த சமயம் அங்கு நடக்கும் விஷயங்களை எழுதுவதற்கு நிச்சயம் தைரியம் வேண்டும்.

மலாலாவின் மீதான கொலைத் தாக்குதல் உலகெங்கும் எதிர்ப்புகளையும் கண்டனங்களையும் எழுப்பியது. பாகிஸ்தான் முழுவதும் போராட்டங்கள் நடந்தன. கல்வி உரிமை வேண்டும் என்று 2 மில்லியன் கையெழுத்துக்கள் சேகரிக்கப்பட்டன. இதனால் பாகிஸ்தானின் கல்வி உரிமைக்கான முதல் சட்டம் ஒப்புதல் பெற்றது. அதுமட்டுமல்ல; சுடப்பட்ட பின்னும் தான் சரி என்று நம்பியதை அடைய தீவிரவாதிகளுக்கு அடிபணிய மறுத்த செயல், உலகெங்கும் உள்ள பல்லாயிரக்கணக்கான குழந்தைகளுக்கு கல்வி மறுக்கப்பட்டதனால் ஏற்படும் அவலநிலையை வெளிச்சத்துக்குக் கொண்டுவந்தது.

ஜூலை 14, 2014 அன்று மலாலா தினம் கொண்டாடப்பட்டது. இது வெறுமனே அவளைக் கொண்டாடுவதற்கான தினம் அல்ல; இந்த உலகில் இருக்கும் எல்லாக் குழந்தைகளும் தங்களுக்கு வேண்டிய உரிமைகளுக்காகக் குரல் கொடுக்கவும், அவர்களுடைய குரல்களை

எல்லோரும் கேட்கவும், ‘எங்களுக்குக் கல்வி தேவை; நாங்கள் கல்வியின் எதிரிகளைவிட பலம் வாய்ந்தவர்கள்; சிறுவர்கள், சிறுமிகள், பெண்கள் மகிழ்ச்சியாகவும் பயனுள்ள வாழ்க்கை வாழவும் தடை போடுபவர்களைவிட பலம் வாய்ந்தவர்கள்’ என்று அறிவிக்கவும் கொண்டாடப்பட்டது.

தாலிபன்களுக்கு எதிராகக் குரல் கொடுப்பது என்பது நம் மரணத்தை நாமே சாசனம் எழுதி வைத்துக்கொள்வது போல என்று எல்லோரும் பயத்தின் உச்சத்தில் இருந்த சமயம் சின்னஞ்சிறுமி ஒருவள் இப்படிக் குரல் கொடுக்கிறாள் என்றால் இவளது பின்னணி என்ன? என்ன தைரியத்தில் இவள் தன் உயிரைப் பணயம் வைத்து தாலிபன்களை எதிர்க்கத் துணிந்தாள்?

இத்தனையும் நடந்த பிறகு மலாலா அமைதியாகச் சொல்கிறாள்: ‘நான் மறுபடியும் பாகிஸ்தானுக்குப் போவேன்!’ . உலகில் சுமார் 57 மில்லியன் குழந்தைகள் ஆரம்பக் கல்வி கற்கமுடியாத நிலையில் உள்ளனர். இதில் பெண் குழந்தைகள் 32 மில்லியன். பாகிஸ்தானில் மட்டும் 5.1 மில்லியன் குழந்தைகள் பள்ளிக்குக் போவதில்லை. பாகிஸ்தான் அரசியலமைப்பு எல்லாக் குழந்தைகளுக்கும் கல்வி அவசியம் என்கிறது. வயது வந்தவர்களில் மூன்றில் இரண்டு பங்குப் பெண்களுக்குக் கல்வியறிவு இல்லை. இந்த நிலையை சரி செய்வது மிகப்பெரிய சவாலான விஷயம். ஆனால் செய்து முடிப்பேன் என்கிறாள் மலாலா.

சிறு வயதானாலும், தனது உறுதியான செயலால், மனோதிடத்தால் எல்லாவற்றுக்கும் மேலாக தனது கொள்கையால் உலகின் கவனத்தைக் கவர்ந்த மலாலாவைப் பற்றிய ஒரு சிறிய அறிமுகம் இந்தப் புத்தகம்.

2. யார் இந்த மலாலா?

தாலிபன்களின் கொலைவெறித் தாக்குதலிலிருந்து மீண்ட பிறகு மலாலாவின் வாழ்க்கை எப்படி இருக்கிறது? அவள் இப்போது உலகறிந்த ஒரு பிரபல பள்ளி மாணவி. ஐக்கிய நாடுகளின் பொதுச் செயலாளர் அவளுடன் ஸ்கைப் மூலம் பேசுகிறார். ஹாலிவுட் நடிகையும் சமூக ஆர்வலருமான ஏஞ்சலினா ஜோலி அவளுடன் டீ சாப்பிட வருகிறார். பிரபல பாடகி மடோனா அவளுக்காக ஒரு பாடலை சமர்ப்பணம் செய்கிறார்.

யார் இந்த மலாலா?

மலாலா என்ற பெயரின் பொருள் 'துக்கம் பீடிக்கப்பட்டவள்' என்பது. இந்தப் பெயரை மலாலாவின் தந்தை அவளுக்குச் சூட்டியபோது எல்லோருமே அவரை அதிசயமாகப் பார்த்தார்கள். மலாலாவின் தாத்தா ஒரு மத அறிஞர், கிராம மத போதகர். மலாலா என்னும் பெயரைக் கேட்டவுடனே அவரை வருத்தம் பிடித்துக்கொண்டுவிட்டது. 'இந்தப் பெயர் ரொம்பவும் வருத்தமான பொருள் தரும் பெயர்' என்றார் அவர். அதனால் மலாலாவைப் பார்க்கும்போதெல்லாம் ஒரு பாட்டுப் பாடுவார்: 'மெய்வாண்டின் மலாலா உலகின் சந்தோஷமான பெண்' என்று. ஆனால் மலாலாவின் தந்தை ஜியாவுதீன் சொன்னார்: 'இந்தக் குழந்தையிடம் ஏதோ ஒன்று வித்தியாசமாக இருக்கிறது. இவளது கண்களைப் பார்த்தவுடனேயே நான் மயங்கி விட்டேன்.' மலாலா தனது அம்மா வழி தாத்தாவைப்போல நகைச்சுவை உணர்வும், நல்ல ஞானமும் உள்ளவளாக இருந்தாள். அப்பா வழித் தாத்தாவைப்போல பேச்சாற்றல் கொண்டிருந்தாள். அப்பா வழித் தாத்தா அரசு உயர்நிலைப்பள்ளியில் இறையியலை கற்பித்துக் கொண்டிருந்தவர்.

பொதுவாக பஷ்டூன் (பதான்) குடும்பங்களில் பெண் பிறந்தால் அது ஒரு துக்கமான விஷயமாகவே கருதப்படும். பெண் என்பவள் சமையல் செய்யவும் திருமணம் செய்துகொண்டு குழந்தைகள் பெறவும் மட்டுமே தகுதி உடையவள் என்று நினைக்கும் பழங்குடி இனத்தில் பிறந்தவள் மலாலா. மலாலா பிறந்தபோது அக்கம்பக்கத்தவர்கள் அவள் அம்மாவை 'ஐயோ! பெண்ணா?' என்று துக்கம் விசாரித்தனர். அவளது தந்தைக்கு யாரும் வாழ்த்துச் சொல்லவில்லை. மலாலாவின் தந்தையின் ஒன்றுவிட்ட சகோதரர் மட்டும் வந்திருந்தார். அவரும்கூட நமது வம்ச விருட்சத்தில் எல்லாம் ஆண் வாரிசுகளே என்று படம் வரைந்து காண்பித்தபோது மலாலாவின் தந்தை அந்த மரத்தில் தன் பெயரிலிருந்து ஒரு கோடு வரைந்து அதில் வட்டமான லாலிபாப் வரைந்து அதனுள் 'மலாலா' என்று எழுதினார்.

தனது பெண் தன்னிகரில்லாதவளாக உருவாகவேண்டும் என்று நினைத்த ஜியாவுதீன் அவளுக்கு மெய்வாண்ட் வீராங்கனையான மலாலாய் என்ற பெயரைச் சூட்டினார். ஆப்கானிஸ்தானின் ஜோன் ஆஃப் ஆர்க் என்று பெருமை பெற்ற மலாலாய் மேற்கு காந்தகாரில் இருக்கும் ஒரு சிறிய நகரில் ஒரு ஆடு மேய்ப்பவரின் பெண்ணாகப் பிறந்தவள். அவளுடைய பதின்மவயதில் அவர்களது நாட்டை ஆக்கிர மித்துக் கொண்ட பிரிட்டிஷ் ராணுவத்தை எதிர்த்து நடந்த போரில் அவளது தந்தையும், அவளை மணக்கப்போகும் ஆணும் களமிறங்கி னார்கள். மலாலாய் மற்ற பெண்களுடன் சேர்ந்து போர்க்களம் சென்றாள். தங்கள் ராணுவம் தோற்பதையும், கொடிதாங்கி மண்ணில் விழுந்ததையும் கண்ட மலாலாய் தனது வெள்ளை முகத்திரையை கொடி போல உயர்த்திக் கொண்டு ராணுவ வீரர்களின் எதிரில் போய் நின்றாள். 'இளம் அன்பு உள்ளங்களே! நீங்கள் மெய்வாண்ட் போர்க் களத்தில் இறக்கவில்லை என்றால் கடவுள் மேல் ஆணை, யாரோ உங்களை அவமானத்தின் சின்னமாக பாதுகாத்து வருகிறார்கள்!'

மலாலாய் அந்தப் போரில் இறந்தாள். ஆனால் அவளது வார்த்தைகள் அங்கிருந்த வீரர்களுக்கு எழுச்சி முழக்கமாக ஒலித்தது. கிளர்ந்து எழுந்த வீரத்துடன் அவர்கள் போரிட, போரின் முகமே மாறியது. ஒரு படைப்பிரிவு முழுவதையும் அவர்கள் அழித்தனர். பிரிட்டிஷ் ராணுவ சரித்திரத்தில் மிக மோசமான தோல்வியாக அந்தப் போர் முடிந்தது. இந்தப் போரைப் பற்றிய மிகப்பெரிய பெருமை கொண்ட ஆப்கனின் கடைசி அரசர் இந்த வெற்றியின் நினைவாக காபூல் நகரின் மையத்தில் ஒரு நினைவுச் சின்னம் எழுப்பினார். இந்த வீரப்பெண்ணின் கதையை மலாலாவின் தந்தை ஜியாவுதீன் தன் வீட்டுக்கு வரும் எல்லோருக்கும் சொல்வார். பஷ்டூன் இனக் குழந்தைகள் எல்லோருக்கும் இந்தக் கதை தெரியும். ஆப்கனிஸ்தானில் உள்ள பல பள்ளிகளுக்கு மலாலாயின்

பெயர் சூட்டப்பட்டுள்ளது. இந்த நாயகி போலவே தனது பெண்ணும் தைரியசாலியாக வளரவேண்டும் என்ற எண்ணம் கொண்டிருந்த ஜியாவுதீன் தனது பெண்ணுக்கும் மலாலா என்று பெயரிட்டார்.

ஸ்வாட் பள்ளத்தாக்கு

மலாலாவை நாம் முழுமையாக அறிவதற்கு முன்பு ஸ்வாட் பள்ளத்தாக்கின் வரலாற்றைப் பார்ப்போம். இன்றைக்கு கைபர் பக்துன்க்வா மாநிலத்தின் ஒரு பகுதியாக இருக்கும் ஸ்வாட் ஒரு காலத்தில் பாகிஸ்தானின் மற்ற பாகங்களில் இருந்து தனியாக இருந்தது. சித்ரால், திர் ஆகிய அண்டை மாநிலங்களுடன் ஒரு தனி சமஸ்தானமாக இருந்தது. காலனி ஆட்சியின் போது ஆங்கிலேயர்களுடன் இணைந்திருந்தாலும், இந்தப் பகுதியை மன்னர்களே ஆண்டு வந்தனர். இந்தியாவுக்குச் சுதந்தரம் கிடைத்து பாகிஸ்தான் பிரிந்தபோது ஸ்வாட் பகுதி பாகிஸ்தானுடன் சேர்ந்தது.

ஸ்வாட் பள்ளத்தாக்கு மிகவும் அழகிய இடம். மலைகள் சூழ்ந்து, அங்கிருந்து பெருகி வழியும் அருவிகளும், பளிங்கு போன்ற நீர் நிரம்பிய ஏரிகளும் இந்தப் பள்ளத்தாக்கை இயற்கை எழில் கொஞ்சும் இடமாக மாற்றிக்கொண்டிருந்தன. காட்டுப்பூக்களும், பழத்தோட்டங்களும் நிறைந்த ஸ்வாட் பள்ளத்தாக்கு ஒரு காலத்தில் தோட்டம் என்றே அழைக்கப்பட்டது. மரகத சுரங்கங்களும் நன்னீர் உணவு மீன்கள் நிறைந்த நதிகளும் கொண்ட இந்தப் பள்ளத்தாக்கை ஒரு சுவர்க்க பூமி என்று அழைத்தால் அது மிகையாகாது. இந்தப் பள்ளத்தாக்குக்கு 'கிழக்கின் சுவிட்சர்லாந்து' என்றே பெயர். பாகிஸ்தானிலிருக்கும் செல்வந்தர்களும், வெளிநாட்டிலிருக்கும் செல்வந்தர்களும் இங்கு வந்து தங்கள் விடுமுறையைக் களிப்புடன் கொண்டாடி மகிழ்வார்கள். சுத்தமான காற்றும், இயற்கை எழிலும் கூடவே இங்கு நடக்கும் இசை, நடனங்களுடன் நடக்கும் சூஃபி விழாக்களும் இவர்களுக்கு மிகவும் பிடித்த விஷயங்கள். இங்கிலாந்தின் அரசி எலிசபெத்தும் ஒரு முறை இங்கு வந்து இங்கிருக்கும் 'வெள்ளை மாளிகை'யில் தங்கியிருந்திருக்கிறார். தாஜ்மகால் கட்ட பயன்படுத்தப்பட்ட அதே வகை வெள்ளை சலவைக் கற்களைக் கொண்டு இந்த வெள்ளை மாளிகையைக் கட்டினார் ஸ்வாட் பள்ளத்தாக்கின் முதல் அரசர். ஸ்வாட் பகுதி மக்கள் இங்கு ஓடும் ஸ்வாட் நதியில் தங்கள் உணவுக்குத் தேவையான மீன்களைப் பிடிப்பார்கள்.

மலாலாவின் குடும்பம் மிங்கோரா என்ற பகுதியில் இருந்தது. ஸ்வாட் பள்ளத்தாக்கில் இருக்கும் ஒரே பெரிய நகரம் இதுதான். சின்ன இடமாக இருந்த மிங்கோரா இப்போது பக்கத்திலிருக்கும் கிராமங்களிலிருந்து வரும் மக்களால் ரொம்பவும் நெரிசலாகிவிட்டது. இங்கு

உணவகங்கள், கல்லூரிகள், கோல்ஃப் மைதானம், பிரபலமான சந்தை என்று எல்லாமே இருக்கின்றன. இந்தச் சந்தையில் இந்தப் பகுதியின் பாரம்பரிய பூ வேலைப்பாடுகள், மாணிக்கக் கற்கள் என்று வேண்டிய தெல்லாம் கிடைக்கும். மார்கசார் கால்வாய் இதன் வழியே ஓடுகிறது. இந்தக் கால்வாயில் இருக்கும் நீர் மலைகளிலிருந்து வரும் அருவிகள் போல சுத்தமானதாகவோ, அகண்டு ஓடும் ஸ்வாட் நதியில் இருக்கும் நீர் போலவோ இருக்காது. இங்கு போடப்படும் பிளாஸ்டிக் கழிவு களால் வெள்ளை நுரையுடன் அழுக்காக இருக்கும்.

மலாலாவின் வீடு இருந்த இடம் குல்கடா என்றழைக்கப்பட்டது. குல்கடா என்றால் மலர்களின் இருப்பிடம் என்று பொருள். ஆனால் கடந்த காலத்தில் இந்த இடத்துக்கு புட்காரா என்று பெயர். கஜினி முகமது ஆப்கானிஸ்தானிலிருந்து படையெடுத்து வருவதற்கு முன்வரை ஸ்வாட் சுமார் *500* வருடங்கள் ஒரு பௌத்த ராஜ்ஜியமாக இருந்தது. *1400* பௌத்த மடாலயங்கள் ஸ்வாட் நதியின் கரை நெடுகிலும் இருந்தன என்றும் ஆலய மணிகளின் மந்திர ஒலி ஸ்வாட் பள்ளத்தாக்கு முழுவதிலும் ஒலித்துக் கொண்டிருந்தன என்றும் தெரிய வருகிறது. இப்போது அந்தக் கோவில்களின் இடிபாடுகள் மட்டுமே ரோஜா, மற்றும் காட்டுப் பூக்களின் மத்தியில் காணப்படுகிறது. தாமரைப் பூவில் அமர்ந்த நிலையில் இருக்கும் பெரிய புத்தர் சிலை வடிக்கப்பட்ட பாறைகளுக்கு இங்கிருப்பவர்கள் சுற்றுலா செல்வது வழக்கம். கௌதம புத்தரே நேரில் இங்கு வந்ததாகவும் இந்த இடத்தின் அமைதி அவரை ரொம்பவும் கவர்ந்ததாகவும் சீன ஆய்வாளர்கள் கூறு கிறார்கள். ஒருமுறை வெளிநாட்டு தொல்பொருள் ஆராய்ச்சியாளர்கள் வந்து இந்த இடத்தில் ஆய்வு மேற்கொண்டனர். முன்னொரு காலத்தில் இந்த இடம் தங்க விமானங்கள் அமைக்கப்பட்ட கோவில்கள் நிறைந்த புனித தலமாக இருந்ததாகவும், பௌத்த அரசர்கள் பலர் இங்கு புதைக்கப்பட்டிருப்பதாகவும் கூறினார்கள்.

இந்த இடத்தைச் சுற்றி ஹிந்துகுஷ் மலைகள் இருக்கின்றன. மாதுளை, பீச், அத்தி பழங்கள் விளையும் மரங்கள் நிறைந்த இடம் இது. மலாலாவின் வீட்டுத் தோட்டத்தில் திராட்சை, கொய்யா,ஈச்சம்பழம் ஆகிய மரங்கள் இருந்தன.

தனது வீட்டின் மேல்தளத்தில் அமர்ந்துகொண்டு ஸ்வாட் பள்ளத் தாக்கைச் சுற்றியிருக்கும் மலைகளைப் பார்ப்பது மலாலாவுக்குப் பிடித்த பொழுதுபோக்கு. இந்த மலைகளின் மிக உயரமான சிகரம் எலும் மலை.வெள்ளையான மேகமூட்டம் ஒரு நெக்லஸ் போல இந்தச் சிகரத்தைச் சுற்றி இருக்கும். கோடைக்காலத்திலும்கூட இங்கு உறைபனியைக் காணலாம். பௌத்தர்கள் இங்கு வருவதற்கு முன்பே மாவீரன் அலெக்சாண்டர் இண்டஸ் பள்ளத்தாக்குக்குப் போகும்

வழியில் ஆப்கனிஸ்தானிலிருந்து இங்கு வந்திருந்தார். ஆயிரம் யானைகளுடனும் பல்லாயிரக்கணக்கான வீரர்களுடனும். இந்தப் பள்ளத்தாக்கிலிருந்த மக்கள் இந்த மலைச் சிகரத்துக்கு ஓடிவந்தனர் -இறைவன் தங்களைக் காப்பாற்றுவார் என்ற நம்பிக்கையுடன். ஆனால் அலெக்சாண்டர் மிகுந்த மன உறுதி படைத்த பொறுமையான ஒரு மாவீரர். மரமேடைகள் அமைத்து அங்கிருந்து கவண், அம்புகளை எரிந்து மக்களைத் தாக்கினார். பிறகு தனது வெற்றியைக் கொண்டாட அவர் இந்த மலைச்சிகரத்தின் மேல் ஏறி ஸ்டார் ஆஃப் ஜூபிடரை பிடிக்க முடியும் என்று நினைத்தாராம்.

இந்த மலைகள் பருவத்துக்கு ஏற்றார்போல மாறும் அழகே கண் கொள்ளாக் காட்சியாக இருக்கும். வசந்த காலத்தில் குளிர் காற்று அடிக்கும். பனிக்காலத்தில் வீட்டின் கூரைகளில் கொட்டும் பனி உறைந்து கூர்கூராக குத்துவாள் போலக் காட்சி அளிக்கும். சிறுவர்களுக்கு அதை உடைத்து விளையாடுவது மிகவும் மகிழ்ச்சியைக் கொடுக்கும். வீடுகளின் அருகில் கொட்டும் பனியில் பனிமனிதன், பனிக்கரடி பொம்மைகள் செய்து விளையாடுவார்கள். வசந்த காலம் என்பதுதான் ஸ்வாட் பள்ளத்தாக்கு பச்சை ஆடை அணியும் நேரம்.

யூசுப்சை இனம்

மலாலாவின் குடும்பம் யூசுப்சை இனத்தைச் சேர்ந்தவர்கள். ஸ்வாட் பள்ளத்தாக்கில் இருக்கும் முக்கால்வாசி மக்கள் இந்த இனத்தைச் சேர்ந்தவர்கள். இவர்களுடைய முன்னோர்கள் காந்தஹாரிலிருந்து வந்தவர்கள். பல இனங்களைத் தன்னுள் அடக்கியிருக்கும் பஷ்டூன் இனத்தின் மிகப்பெரிய இனம் இந்த யூசுப்சை. இப்போது பாகிஸ்தானிலும் ஆப்கனிஸ்தானிலும் பரவியிருக்கிறார்கள்.

யூசுப்சை குடும்பத்தின் முன்னோர்கள் 16 வது நூற்றாண்டில் காபூலிலிருந்து ஸ்வாட் வந்தவர்கள். காபூலில் திமூரிட் என்ற பேரரசன் அவர்கள் இனத்தவராலேயே நாட்டை இழந்தபோது அவனது நாட்டைத் திரும்பப்பெற உதவியவர்கள் யூசுப்சை மக்கள்தாம். தனது நன்றியைக் காட்ட யூசுப்சை இனத்தவர்களுக்கு பெரிய பெரிய அரசு பதவியைக் கொடுத்தான் திமூரிட் அரசன். ஆனால் அவனது நண்பர்களும், உறவினர்களும் இப்படிச் செய்தால் யூசுப்சை வம்சத்தவர்களின் கை ஓங்கும், அவர்கள் நாட்டைப் பிடித்துக்கொண்டு அரசனைப் பதவியிலிருந்து தூக்கி எறிந்துவிடுவார்கள் என்று சொல்ல, ஓர் இரவு அவர்களை இரவு விருந்துக்கு அழைத்த திமுரிட் அரசன் தனது ஆட்களை அவர்கள்மீது ஏவிவிட்டு அவர்களைக் கொன்றான். சுமார் 600 முக்கியஸ்தர்கள் படுகொலை செய்யப்பட்டனர். இருவர் மட்டும்

அங்கிருத்து தப்பி ஸ்வாட் பகுதிக்கு ஓடி வந்தனர். இங்கிருப்பவர்களின் ஆதரவைப் பெற்று திரும்பவும் ஆப்கனிஸ்தான் போகலாம் என்ற எண்ணத்துடன் வந்தவர்கள், இந்தப் பகுதியின் அழகைப் பார்த்து விட்டு இங்கேயே தங்கிவிட்டனர். இங்கிருந்தவர்களை வெளியேற்றி விட்டனர்.

ஸ்வாட்டில் குடியேறிய யூசுப்சைகள் அங்கிருந்த நிலங்களைத் தங்களுக்குள் சுழற்சி முறையில் பங்கிட்டுக்கொண்டு வாழ்ந்திருந்தனர். கிராமங்களை கான்கள் ஆண்டு வந்தனர். ஒவ்வொருவரிடமும் படைவீரர்கள் இருந்தனர். மற்ற கிராமங்களைக் கொள்ளையடிக்கவும், தங்களுக்குள் சண்டை வரும்போது முன்னிறுத்தவும் இவர்களை கான்கள் பயன்படுத்திக்கொண்டனர்.

யூசுப்சை இனத்தவர்களுக்குத் தலைமை தாங்க ஓர் அரசன் இல்லாத தால் கான்களுக்கு இடையே சண்டைகளும் பூசல்களும் வழக்கமாயின. சண்டைகள் அயரச் செய்தன. அதனால் நடுநிலை தவறாத ஓர் அரசனை நியமிக்க விருப்பம் கொண்டனர். 1917 இல் மியாங்குல் அப்துல் வதூத் என்பவரை அரசராகத் தேர்ந்தெடுத்தனர். பாட்ஷா சாஹிப் என்று எல்லோராலும் அழைக்கப்பட்ட இவர் படிப்பறிவு இல்லாதபோதும் அமைதியை நிலைநாட்டினார். ஸ்வாட் பள்ளத்தாக்கு முழுவதும் கோட்டை கொத்தளங்கள் கட்டி ராணுவப் படையை உருவாக்கினார். முதல் தொலைபேசி அமைப்பு, முதல் பள்ளிக்கூடம் ஆகியவை இவரால் உருவாக்கப்பட்டன.

பாகிஸ்தான் உருவான இரண்டு வருடங்களுக்குப் பிறகு தனது மகன் மியாங்குல் அப்துல் ஹக் ஜெஹெனாப் என்பவரிடம் பொறுப்பை ஒப்படைத்தார் அப்துல் வதூத். தந்தை ஸ்வாட் பள்ளத்தாக்கில் அமைதி யைக் கொண்டு வந்தார் என்றால் மகன் ஸ்வாட் பள்ளத்தாக்கைச் செல்வச் செழிப்புள்ளதாக மாற்றினார். 1969 இல் இந்த அரசர் தனது அதிகாரத்தைத் துறந்துவிட்டு புதிதாக உருவாகியிருந்த பாகிஸ்தானுடன் தனது நாட்டைச் சேர்த்தார். பாகிஸ்தானின் வடமேற்கு பகுதியாக இருந்த இந்தப் பகுதி சில வருடங்களுக்கு முன் கைபர் பக்டுங்க்வா என்று பெயர் மாற்றம் செய்யப்பட்டது.

இதன் காரணமாக மலாலா தன்னை முதலில் ஒரு ஸ்வாட்வாசியாக, பிறகு ஒரு பஷ்டூனாக, அதன் பிறகே ஒரு பாகிஸ்தானியாக அடை யாளம் காட்டிக்கொள்ள விரும்புவதாக தனது சுயசரிதையில் கூறு கிறாள்.

3. சுதந்தரமாகப் பறக்கலாம்!

'நான் உன் சுதந்தரத்தைப் பாதுகாப்பேன். உன் கனவுகளை நீ சுமந்து செல், மகளே!' இப்படி ஒரு தந்தை சொன்னால் எப்படி இருக்கும்? இப்படிச் சொல்லி மலாலாவை சிறு குழந்தையிலிருந்தே உற்சாகப்படுத்தியவர் அவளது தந்தை. மலாலாவின் தந்தை ஜியாவுதீன் ஒரு பள்ளியின் சொந்தக்காரர்; கல்விக்காக குரல் கொடுக்கும் ஒரு சமூக ஆர்வலர். குழந்தையிலிருந்தே மலாலாவின் கல்வியை ஆதரித்தவர். பெண்கள் ஆண்களின் சொத்து, வீட்டைவிட்டு எங்கும் போகக்கூடாது, பள்ளிப்படிப்பை நினைத்துப் பார்க்கவே கூடாது, சிறுவயதிலேயே மணந்து கொண்டுவிட வேண்டும் என்றெல்லாம் நம்பிக்கைகள் வேரோடியிருந்த ஒரு சமூகத்தில் வித்தியாசமாக அவற்றை எதிர்த்தவர்.

பிபிசி யின் செய்தியாளர் அப்துல் ஹை ககர் கூறுகிறார்:

'எனக்கும் மலாலாவுக்குமான அறிமுகம் தற்செயலானது தான். பாகிஸ்தானின் வடமேற்கு ஸ்வாட் பள்ளத்தாக்கில் தாலிபன்கள் சிறுமிகள் பள்ளிக்குச் செல்லுவதைத் தடை செய்தபோது அங்கு நடக்கும் நிகழ்வுகளை யாராவது பதிவு செய்தால் நன்றாக இருக்கும் என்று நினைத்தேன். அதாவது பள்ளிக்குச் செல்லும் ஒரு சிறுமி தாலிபன்களின் பிடியில் அவர்களது வாழ்க்கை எப்படி இருக்கிறது என்று எழுதினால் நன்றாக இருக்கும் என்று தோன்றியது. எனது ஆசிரியரும் என் யோசனையை வரவேற்றார்'.

மலாலாவின் தந்தை ஜியாவுதீனை இவருக்கு நன்கு தெரியும். அதனால் ஸ்வாட் பள்ளித்தாக்கில் இருக்கும் தனது முக்கியத் தொடர்பான ஜியாவுதீனை இந்த விஷயத்தில் உதவும்படி

கேட்டார் அப்துல். ஜியாவுதீன் ஸ்வாட்டில் ஒரு தனியார் பள்ளியை நடத்தி வந்தார். அதேசமயம் தாலிபன்களுக்கு எதிரான ஓர் அமைப்பில் பேச்சாளராக இருந்தார். தங்கள் தாய்மண்ணில் நிலவி வரும் கஷ்டங்களை பிபிசியின் செய்தியாளருக்கு அவ்வப்போது அறிவித்துக் கொண்டிருந்தார். பிபிசியின் கோரிக்கையைக் கேட்டவுடன், தனது பள்ளியில் பத்தாம் வகுப்பு படிக்கும் பெண் ஒருத்தியை எழுத வைப்பதாகச் சொன்னார். ஆனால் அவளது பெற்றோர்கள் தாலிபன்களால் தங்களுக்கு இன்னல் ஏற்படும் என்று பயந்ததால் அந்தப் பெண் பின்வாங்கினாள். சிலநாட்களில் ஜியாவுதீன் தனது 11 வயது பெண் பிபிசியில் தினமும் ஒரு நாட்குறிப்பு போல தன் அனுபவத்தை எழுதுவாள் என்று கூறினார்.

பல வருடங்கள் பாகிஸ்தானின் வடமேற்குப் பகுதியில் ஆப்கனிஸ்தான் எல்லைப் பகுதியில் இருக்கும் பழங்குடி மக்களுடன் சண்டையிட்டுவந்த தாலிபன்கள் மெல்ல மெல்ல பாகிஸ்தானின் மையப்பகுதிக்கு அருகே இருக்கும் ஸ்வாட் பள்ளத்தாக்கைக் கைப்பற்றித் தங்களது கொடுங் கோல் ஆட்சியைப் பரப்பி வந்தனர். திருடர்கள், விபசாரிகள் என்று குற்றம் சாட்டப்பட்டவர்களுக்கு விசாரிக்காமலேயே கசையடி, தலையைத் துண்டித்தல், எதிர்ப்பவர்களைக் குறிவைத்து சுடுதல் என்று ஒவ்வொரு நாளும் தாலிபன்களின் அட்டகாசம் ஸ்வாட் பள்ளத்தாக்கின் அமைதியைக் கிழித்துக் கொண்டிருந்தது. இதையெல்லாம் எழுதுவதற்கு நிச்சயம் தைரியம் வேண்டும்.

மலாலாவின் திறமை பிபிசியின் செய்தியாளரை மிகவும் கவர்ந்தது. நீண்ட நேர மின்சார வெட்டு, இணையம் இல்லாத நிலை என்றிருந்த சமயம் அது. வேறு வழியில்லாமல் மலாலாவை ஸ்வாட் பள்ளத்தாக்கில் நடக்கும் விஷயங்களைத் தொலைப்பேசியில் சொல்லச் சொல்வார். அவளை யாரும் அடையாளம் கண்டுபிடிக்கக்கூடாது என்று தனது மனைவியின் தொலைப்பேசியிலிருந்து போன் செய்வார். ஏனெனில் பாகிஸ்தான் உளவுத்துறை அவரது தொலைபேசியைத் தொடர்ந்து கண்காணிக்கிறது என்ற சந்தேகம் அவருக்கு. மலாலவுக்கு 'குல் மகாய்' என்ற ஒரு புனைப்பெயரையும் கொடுத்திருந்தார்.

முதலில் அவள் மிகவும் கூச்சப்பட்டாலும் மெல்லமெல்ல நம்பிக்கை பெற்றாள். பாகிஸ்தானில் அவளது உருது வலைப்பதிவு நல்ல வரவேற்பைப் பெற்றது. பிபிசி அதனை ஆங்கிலத்தில் மொழியாக்கம் செய்தபோது உலக அளவில் பலரும் படித்தனர். 2011ஆம் ஆண்டு சர்வதேச குழந்தைகளுக்கான அமைதிப் பரிசுக்கு மலாலாவின் பெயர் பரிந்துரைக்கப்பட்டபோது குல் மகாயின் உண்மைப்பெயர் வெளியில் தெரிய வந்தது. ஆனால் தாலிபன்களுக்கு அவள் இருப்பது மகிழ்ச்சியைத்

தரவில்லை. முக்கியமாக தாலிபன் அவளைச் சுட்டபிறகு அவள் பெயர் உலகம் முழுவதும் எதிரொலிக்க ஆரம்பித்தது. உயிர் பிழைத்து எழுந்த பின் மலாலா ஒரு உலக பெரும்புள்ளியாகி விட்டாள். எல்லாக் கண்டங்களையும் கடந்து பலரையும் வசீகரித்தாள் அவள்.

அவளது இந்த வளர்ச்சியின் பின்னணியில் அவளது தந்தையும் தாயும் இருக்கிறார்கள் என்பதை நாம் மறக்கக் கூடாது. இருவருக்கும் தங்கள் முதல் குழந்தையான மலாலாவைச் சுதந்தரமுள்ள பெண்ணாக, தனித்துவம் வாய்ந்தவளாக, தைரியமும் பேச்சுத் திறனும் உள்ளவளாக வளர்க்கவேண்டும் என்பது மிகப்பெரிய லட்சியம்.

இஸ்லாமிய நாடுகளில் சிறுவயதில் ஆண் குழந்தைகளும் பெண் குழந்தைகளும் ஒன்றாகத்தான் தெருவில் விளையாடிக் கொண்டிருப் பார்கள். ஆனால் பெண் குழந்தைகள் குறிப்பிட்ட ஒரு வயதுக்கு வந்த வுடன் அது தடை செய்யப்படும். அவர்களுடைய சுதந்தரம் வீட்டுக்குள் மட்டுமே. நாள் முழுவதும் வீட்டுக்குள்ளேயே இருக்கவேண்டும். சமையல் செய்து அப்பாக்களுக்கும் சகோதர்களுக்கும் உணவளிக்க வேண்டும். ஆனால் சிறுவர்களும், ஆண்களும் எங்கு வேண்டுமானாலும் எப்போது வேண்டுமானாலும் சுற்றித் திரியலாம். ஆனால் மலாலாவுக்கு ஒரு கனவு இருந்தது. அவளுக்கு எலும் மலைமேல் ஏறிச்செல்ல வேண்டும். அலெக்ஸ்சாண்டர் தி கிரேட் போல அவளும் அந்த மலைமேல் ஏறி வியாழன் கிரகத்தைத் தொட வேண்டும். ஏன் ஸ்வாட் பள்ளத்தாக்குக்கும் அப்பால் போகவேண்டும் என்ற ஆவலும் இருந்தது. அவள் தந்தை சொல்வார்: 'மலாலா ஒரு பறவையைப் போல. சுதந்திரப் பறவை!' என்று.

மலாலாவின் தந்தை மீசை வைத்துகொண்டு, தலையை சீராக வாரிக்கொண்டிருக்கும் சிறிய உடலமைப்புக் கொண்ட மனிதர். 'சிறுவயதிலிருந்தே மலாலாவை சுயாதீனமான ஒரு பெண்ணாக வாழ ஊக்கம் அளித்து வந்தேன். அவளை என் தோழியாக, எனது போராட் டங்களுக்குத் தோள் கொடுப்பவளாக, எனது கொள்கையிலும், எனது பணியிலும் நம்பிக்கை வைத்திருப்பவளாக இருக்க வேண்டும் என்பதே என் விருப்பம். அவள் தன் வாழ்வில் பல சிகரங்களை எட்ட வேண்டும் என்பதால் அவளது சிறகுகளை வெட்ட நான் ஒருபோதும் முயற்சித்தது இல்லை' என்கிறார் ஜியாவுதீன்.

மலாலா பிறந்தபோது அவளைப் பார்த்து பூரித்தவர் அவள் தந்தை மட்டுமே. எல்லோரும் பெண் குழந்தையா என்று கேட்டபோது, 'இவள் வித்தியாசமானவள்' என்று சொன்னவர். ஆண் குழந்தைகள் பிறந்தால் எப்படி தொட்டிலின் மேல் உலர்ந்த பழங்கள், இனிப்புகள்,

காசுகள் ஆகியவற்றை வீசி எறிந்து கொண்டாடுகிறார்களோ, அதே போல மலாலா பிறந்தபோதும் கொண்டாடியவர். குழந்தை பிறந்த ஏழாம் நாள் 'வோமா' என்றுஒரு விழா கொண்டாடுவார்கள். அக்கம் பக்கத்திலுள்ளவர்களும், உறவினர்களும் வந்து குழந்தையைப் பார்த்து விட்டுப் போவார்கள். வருகிறவர்களுக்கு ஆட்டிறைச்சியுடன் உணவு பரிமாற வேண்டும். மலாலா பிறந்தபோது ஏழைமை நிலையில் இருந்ததால் இந்த விழாவை முன்னெடுக்கவில்லை. மலாலாவின் தாத்தாவும் பெண் குழந்தை என்பதால் பணஉதவி செய்ய மறுத்து விட்டார். மலாலாவின் தம்பிகள் பிறந்தபோதும் மலாலாவுக்குச் செய்ய வில்லை. அதனால் ஆண் குழந்தைகளுக்கும் செய்யத் தேவையில்லை என்று மலாலாவின் தந்தை கூறிவிட்டார்.

அவர் தனது மகள் மலாலாவைப் பற்றிக் கூறுகிறார்:

'ஆணாதிக்கச் சமூகத்திலும், பழங்குடி இனத்திலும் அப்பாக்கள் தங்களது மகன்களால் அடையாளம் காணப்படுவார்கள். ஆனால் மகளால் அடையாளம் காணப்படும் வெகுசில அப்பாக்களில் நான் ஒருவன். எனக்கு இது மிகவும் பெருமை தருகிற விஷயம்.

'மலாலா தனது கல்விக்கான பிரசாரத்துடன், தனது உரிமைக்காகவும் 2007 தொடங்கி போராட ஆரம்பித்துவிட்டாள். 2011இல் தேசிய இளைஞர்களுக்கான அமைதிப் பரிசு அவளுக்குக் கிடைத்தவுடன் நாட்டிலேயே மிகவும் பிரபலமான சிறுமியாகிவிட்டாள். இதற்கு முன்னால் அவள் என் பெண். இப்போது நான் அவளது தந்தை. மனித வரலாற்றைப் பார்த்தோமானால் பெண்களின் கதை என்பது அநியாயம், சமஉரிமை இல்லாத நிலை, வன்முறை, ஏமாற்றப்படுதல் என்றே இருக்கும். ஓர் ஆணாதிக்க சமுதாயத்தில் பிறந்ததிலிருந்தே ஒரு பெண் இழிவுபடுத்தப்படுகிறாள். அவளது பிறப்பு கொண்டாடப்படுவதில்லை. பெற்றோர்களாலேயே அவள் வரவேற்கப்படுவதில்லை. அம்மாவுக்குப் பெண் பிறந்துவிட்டாலே ஒரு அசௌகரியம். முதல் குழந்தை பெண் குழந்தை என்றால் வருத்தம். இரண்டாவதாக ஒரு மகன் பிறப்பான் என்று எதிர்பார்த்து பெண் பிறக்கும்போது அதிர்ச்சி. மூன்றாவதும் பெண் குழந்தை என்றால் அவள் ஒரு குற்றவாளிபோல உணர்கிறாள்.

'பெற்றெடுத்த தாய் மட்டுமல்ல, பிறந்த பெண் குழந்தையும் அல்லல் படுகிறது. அவளது சகோதரர்கள் பள்ளிக்குச் செல்லும்போது இவள் மட்டும் வீட்டில் உட்காரவைக்கப்படுகிறாள். 12 வயது வரை தெருவில் விளையாடலாம். ஒரு பட்டாம்பூச்சி போல பறந்து திரியலாம். ஆனால் பதின்ம வயதில் நுழைந்தவுடன் வீட்டைவிட்டு ஓர் ஆணின் துணை இல்லாமல் போகக்கூடாது. வீட்டின் நான்கு சுவர்களுக்குள் முடக்கப் படுகிறாள். இனி அவள் ஒரு தனிப் பிறவி இல்லை. அப்பா,

சகோதரர்கள், குடும்பம் இவற்றின் மரியாதையைக் காப்பாற்ற வேண்டிய பொறுப்பு அவளுடையது. மீறினால் கொல்லப்படுவாள்.

'இந்தக் குடும்ப மரியாதை என்பது குடும்பத்தின் ஆண் மகனையும் பலி கொள்கிறது. ஒரு குடும்பத்தில் 7 பெண்கள், ஒரு சகோதரன். இந்த சகோதரனுக்கு தன் கூடப்பிறந்த அக்கா தங்கைகள் வெளியில் போய் வேலை செய்வது, சம்பாதிப்பது எல்லாம் அவமானமான விஷயம். அதனால் இவன் வளைகுடா நாடுகளுக்குச் சென்று சம்பாதித்து தன் சகோதரிகளை கரையேற்றுவதிலேயே தன் வாழ்வின் சுகங்களை இழந்துவிட்டான். குடும்ப மரியாதை என்ற பெயரில் இப்படி நடக்கிறது.

'ஆணாதிக்க சமுதாயத்தில் எழுதப்படாத நியாயம் இன்னொன்று இருக்கிறது. அதாவது ஒரு நல்ல பெண் என்பவள் கீழ்ப்படிந்து நடக்க வேண்டும். எளிமையானவளாக, அடக்கமானவளாக இருக்க வேண்டும். அம்மா, அப்பா, வீட்டுப் பெரியவர்கள் எடுக்கும் முடிவுகள் பிடிக்கவில்லை என்றாலும் அமைதியுடன் ஏற்றுக்கொள்ளவேண்டும். தனக்குப் பிடிக்காதவனுக்கு வாழ்க்கைப்பட்டாலோ, தன்னைவிட மிக அதிக வயதுடைய ஒருவருக்கு வாழ்க்கைப்பட்டாலோ அதனை ஏற்றுக் கொண்டே ஆகவேண்டும். இல்லையென்றால் அவளுக்கு அடங்காப்பிடாரி என்ற அவப்பெயர் வந்துவிடும். திருமணம் ஆகி பிள்ளை பெற்றுக்கொள்ளும் இயந்திரம் ஆகிவிடுவாள் அந்தப் பெண். இதில் வயிற்றெரிச்சல் என்னவென்றால் இதே கீழ்படிதலை அவள் தன் பெண்களுக்கும் சொல்லித்தருவாள். குடும்ப மரியாதை தலைமுறை தலைமுறையாகக் காப்பாற்றப்பட்டுவிடும்.

'பல்லாயிரக்கணக்கான பெண்களின் இந்த அவலநிலை மாறவேண்டு மானால், ஆண்கள், பெண்கள் அனைவரும் மனது வைக்கவேண்டும். நாம் நமது சிந்தனையைச் சற்று மாற்றவேண்டும். நகரங்களில், முன்னேறிய நாடுகளில் வாழும் பழங்குடி மக்களும், ஆணாதிக்க சமுதாய மக்களும் பெண்களை ஒதுக்கும், அவர்களது அடிப்படை உரிமைகளை மறுக்கும் சில சட்டங்களை உடைத்தெறிய மனம் வைத்தால் போதும்.

' புதிதாகப் பிறந்த குழந்தைகளைப் பார்ப்பது என்பது எனக்குக் கொஞ்சம் கூடப் பிடிக்காத விஷயம். ஆனால் மலாலாவைப் பார்த்தவுடன் - அவள் கண்களைப் பார்த்தவுடன் - என்னை நம்புங்கள், அப்படியே கவரப்பட்டேன், பெருமைப்பட்டேன். அவள் பிறந்தபோது எனது ஒன்றுவிட்ட சகோதரன் வந்து எங்கள் குடும்ப மரத்தைக் காண்பித்தார். சுமார் 300 வருட யூசுப்சை குடும்ப வரிசை. எல்லோரும் ஆண் வாரிசுகள். நான் அதைக் கையில் வாங்கி ஒரு

பேனாவால் என் பெயரிலிருந்து ஒரு கோடு வரைந்து 'மலாலா' என்று எழுதினேன்.

'அவளுக்கு நாலரை வயதானபோது அவளை எனது பள்ளியில் சேர்த்தேன். ஏன் இதை இங்கு குறிப்பிட வேண்டும் என்று உங்களுக்குத் தோன்றலாம். இங்கு குறிப்பிட்டே ஆகவேண்டும், அமெரிக்காவில், இங்கிலாந்தில், கனடாவில் ஒரு பெண் பள்ளியில் சேர்வது ஒரு சாதாரணமான விஷயம். ஆனால் எங்களைப்போல பின்தங்கிய, ஏழை நாட்டில், ஆணாதிக்கம் ஆட்சி செலுத்தும் நாட்டில் ஒரு பெண் பள்ளி யில் சேருவது மிகப்பெரிய விஷயம். பள்ளியில் சேருவது என்றால் அவளுக்கு அவளது பெயரை வைத்து ஒரு அடையாளம் கிடைத்திருக் கிறது என்று பொருள். அவள் தனது கனவுகளையும் ஆசைகளையும் பூர்த்தி செய்துகொள்ள அவகாசம் கிடைத்திருக்கிறது என்று அர்த்தம். எனக்கு 5 சகோதரிகள். ஒருவர் கூட பள்ளிக்குச் செல்லவில்லை.

'இரண்டு வாரங்களுக்கு முன் நான் கனடா நாட்டின் விசா வாங்குவதற்கு என் குடும்ப நபர்களின் பெயர்களை எழுதிக் கொண்டிருந்தேன். நான் சொல்வது உங்களுக்கு ஆச்சர்யமாக இருக்கும். எனது சில சகோதரிகளின் குடும்பப் பெயர்கள் எனக்கு நினைவில்லை. ஏனெனில் அவர்களது பெயர்களை நான் எந்த ஒரு ஆவணத்திலும் அதுவரை பார்த்ததில்லை. அதனால்தான் என் மகளை நான் எனக்குக் கிடைத்த வெகுமதியாக நினைத்தேன். அவளை மிகவும் மதிக்கிறேன். என் சகோதரிகளுக்கு என் தந்தையால் அவரது மகள்களுக்குக் கொடுக்க முடியாததை ஒரு அப்பாவாக நான் என் மகளுக்குக் கொடுக்கிறேன். என் குடும்பப் பெண்களின் தலைவிதியை மாற்ற வேண்டும் என்று நினைத்தேன்.

'நான் எனது பெண்ணின் புத்திசாலித்தனத்தையும் அறிவுக்கூர்மையை யும் எப்போதும் மெச்சுவேன். என் நண்பர்கள் வரும்போது அவளை என்னுடன் வந்து அமரும்படிச் சொல்வேன். நல்ல நல்ல விஷயங்களை அவளிடத்தில் விதைப்பதற்கு நான் முயற்சி செய்தேன். இந்த விஷயங்களை நான் மலாலாவுக்கு, என் மகளுக்கு மட்டும் சொல்லிக் கொடுக்கவில்லை. என் பள்ளியில் இருந்த சிறுவர் சிறுமியரிடத்திலும் கற்றுக் கொடுக்க விரும்பினேன். கல்வியைச் சமுதாயம் விதித்திருக்கும் கட்டுப்பாடுகளை உடைக்கும் கருவியாக பயன்படுத்தினேன். எனது மாணவிகளுக்கு 'உங்களுக்குப் பிடிக்காத ஒன்றை செய்யச் சொல்லி உங்கள் வீட்டுப் பெரியவர்கள் உங்களை நெருக்கும்போது கீழ்படிதல் என்னும் குணத்தைக் கைவிடுங்கள்' என்று கற்றுக்கொடுத்தேன். சிறுவர்களுக்குப் போலி மரியாதையை மறக்கக் கற்றுக் கொடுத்தேன்.

'பெண்களுக்கு அதிக உரிமை வேண்டும்; பெண்களுக்கென்று இந்தச் சமுதாயத்தில் இன்னும் இன்னும் அதிக இடம் வேண்டுமென்று நாங்கள் போராடி வந்தோம். அப்போதுதான் ஒரு புதிய விஷயம் வெளி வந்தது. அதுதான் தாலிபன். மனித உரிமைக்கு, முக்கியமாக பெண் களின் உரிமைக்கு வேட்டு வைக்க வந்தது தாலிபன் இயக்கம். இந்த இயக்கம் அரசியல், பொருளாதாரம், சமூக நடவடிக்கைகளில் பெண்களின் பங்கை அடியோடு மறுத்தது. நூற்றுக்கணக்கான பள்ளிகளை நாங்கள் இழந்தோம். சிறுமிகள் பள்ளிக்கூடம் போவது தடை செய்யப்பட்டது. பெண்கள் கட்டாயம் முகத்திரை அணிய வேண்டும் என்றும் அவர்கள் சந்தைக்குப் போகக்கூடாது எனவும் சட்டங்கள் போடப்பட்டன. பாடகர்களின் குரல்கள் முடக்கப்பட்டன. பாடும் பெண்கள் அடிக்கப்பட்டனர். பாடகர்கள் கொல்லப்பட்டனர். பல்லாயிரக்கணக்கானவர்கள் அல்லல்பட்டனர். ஆனால் ஒரு சிலரே இவற்றை எதிர்த்துப் பேசினர். நம்மைச் சுற்றி இந்த மாதிரியான ஆட்கள் இருக்கும்போது கசையடிகளும், கொலைகளும் தினசரி நிகழும்போது, நம் உரிமைக்காகப் பேசுவது மிகவும் அச்சம் தரக்கூடிய விஷயம்.

'பத்து வயதில் மலாலா கல்வி உரிமைக்காகப் பேசினாள். பிபிசி-க்காக நாட்குறிப்பு எழுதினாள். நியூ யார்க் டைம்ஸ் குறும்படங்களுக்காக தன்னார்வலராக பணியாற்றினாள். எந்தெந்த மேடைகளில் எல்லாம் முழங்க முடியுமோ அங்கெல்லாம் குரல் கொடுத்தாள். அவளது குரல் சக்தி வாய்ந்த குரலாக இருந்தது. படிப்படியாக அவளது போராட்டம் உலகெங்கும் பரவ ஆரம்பித்தது. இதைத் தாங்க முடியாத தாலிபன் அவளைக் கொலை செய்ய முயற்சித்தது.

'அவள் சுடப்பட்ட அந்த நாள் எங்கள் குடும்பத்துக்கும் எனக்கும் கறுப்பு நாள் என்று சொல்லவேண்டும். இந்த உலகமே ஒரு பெரிய கறுப்பு ஓட்டையாகத் தெரிந்தது. என் மகள் வாழ்வுக்கும் சாவுக்கும் இடையே போராடிக் கொண்டிருந்தபோது நான் என் மனைவியிடம் கேட்டேன். 'நம் மகளுக்கு இப்படி ஆனதற்கு நான் தான் காரணமா?'

'அவள் பட்டென்று சொன்னாள்: 'நீங்கள் உங்களை குற்றம் சொல்லிக் கொள்ளாதீர்கள். நீங்கள் ஒரு நல்ல காரணத்துக்காகப் போராடினீர்கள். உங்கள் உயிரைப் பணயம் வைத்து உண்மைக்காக, அமைதிக்காக, கல்விக்காகப் போராடினீர்கள். உங்கள் மகள் உங்களால் கவரப்பட்டு உங்களுடன் கைகோர்த்தாள். நீங்கள் இருவருமே சரியான பாதையில் பயணித்துக் கொண்டிருக்கிறீர்கள். கடவுள் அவளைப் பாதுகாப்பார்'. இந்த வார்த்தைகள் எனக்கு பெரும் ஆறுதல் அளித்தன. மறுமுறை நான் இந்தக் கேள்வியைக் கேட்கவில்லை.

'மலாலா மருத்துவமனையில் சிகிச்சை பெற்றுக்கொண்டிருந்தபோது, வலியால் ரொம்பவும் அவதிப்பட்டாள். தாங்கமுடியாத தலைவலி வரும். முகத்திலுள்ள நரம்புகள் வெட்டப்பட்டதால். அவளது வலிகளைப் பார்த்து என் மனைவியில் முகம் கருக்கும். ஆனால் என் மகள் ஒருமுறை கூட அவற்றைக் குறித்து புகார் சொன்னதில்லை. அவள் எங்களிடம் சொல்வாள்: 'என்னுடைய கோணலான சிரிப்பும், எனது முகம் அவ்வப்போது மரத்துப்போவதும் எனக்குப் பரவா யில்லை. நான் சரியாகிவிடுவேன். கவலைப்படாதீர்கள்!' என்று. அவளின் அந்தப் பேச்சு தான் எங்களுக்கு ஆறுதல். அவள் எங்களுக்கு தேறுதல் சொல்லுவாள்.

'மிகவும் கஷ்டமான நேரத்திலும் அதிலிருந்து மீண்டு வருவது எப்படி என்று அவளிடமிருந்து நாங்கள் கற்றுக்கொண்டோம். அவள் இப்போது குழந்தைகள் மற்றும் பெண்களின் உரிமைக்காகப் போராடும் ஒரு பெண்ணாக மாறியிருக்கிறாள். ஆனபோதிலும் அவள் இன்னும் ஒரு 16 வயதுப் பெண்ணுக்கு உண்டான குழந்தைத்தனங் களுடன் இருக்கிறாள். வீட்டுப்பாடங்களை முடிக்கவில்லை என்றால் அழுகிறாள். தனது சகோதரர்களுடன் சண்டையிடுகிறாள். எனக்கு இதைப் பார்க்க மிகவும் சந்தோஷமாக இருக்கிறது. எல்லோரும் என்னைக்கேட்கிறார்கள்: என்னுடைய வழிகாட்டுதலில் என்ன சிறப்பு? நான் சொல்லிக்கொடுத்த எந்த ஒரு குணம் அவளை இத்தனை தைரியசாலியாகவும், உறுதியானவளாகவும், பேச்சுத் திறமை உள்ள வளாகவும், கம்பீரமானவளாகவும் ஆக்கியிருக்கிறது என்று. நான் என்ன செய்தேன் அவள் இப்படி உருவாக என்று கேட்கிறார்கள். நான் அவர்களுக்குச் சொல்லுகிறேன்: நான் என்ன செய்தேன் என்பதை விட நான் என்ன செய்யவில்லை என்று கேளுங்கள். பறக்க நினைத்த அவளின் இறக்கைகளை நான் வெட்டவில்லை. அவ்வளவுதான்!'

4. அம்மா, அப்பா, வீடு

மலாலா தனது இருவழி தாத்தாக்களின் இயல்புகளையும் கொண்டிருந்தாள். தந்தை வழித் தாத்தாவின் பெயர் ரோஹுல் அமின். இந்தப் பெயருக்கு நேர்மையான ஆன்மா என்று பொருள். கேப்ரியல் என்னும் தேவதையின் பெயர் இது. தனது பெயர் வரும் கவிதையின் வரிகளைச் சொல்லித் தான் தன்னைப் பிறருக்கு அறிமுகம் செய்துகொள்வார் இவர். முன்கோபி. பிரிக்கப்படாத இந்தியாவில் டெல்லியில் படித்தவர். பிரிட்டிஷ்காரர்களிடமிருந்து சுதந்தரம் கிடைத்த தருணத்தை நேரில் பார்த்தவர். பாபா என்று மலாலாவால் அழைக்கப்படுபவர்.

மலாலாவின் தந்தைக்கு சில எழுத்துகளை உச்சரிப்பதில் தடங்கல் இருந்தது. கொஞ்சம் திக்குவார். அவர்களது குடும்பத்தில் இரண்டு பேர்களுக்கு இந்தக் குறை இருந்தது. மலாலாவின் தாத்தாவோ மிகப்பெரிய பேச்சாளர். அரசுப் பள்ளியில் இறையியல் கற்பித்துக் கொண்டிருந்தார். கம்பீர மான குரலில் இவர் வெள்ளிக்கிழமைகளில் திருக்குரானி லிருந்து பிரார்த்தனைகள்சொல்வதைக் கேட்க பொதுமக்கள் திரள்திரளாக வருவார்கள். தனது பேச்சில் எல்லோரையும் மயங்கச் செய்யும் ஆற்றல் பெற்றிருந்தார். பேச்சு மட்டு மல்ல; எழுதுவதிலும் கைதேர்ந்தவர் மலாலாவின் தாத்தா. மணிமணியாக எழுதுவார். ஜியாவுதீன் எத்தனை சிரமப்பட்டு எழுதினாலும் தந்தையிடமிருந்து ஒரு புகழ்ச்சியான வார்த்தை கூட வராது. இது ஒரு மிகப் பெரிய குறையாக இருந்தது ஜியாவுதீனுக்கு.

தந்தையிடமிருந்து பெறாத அன்பை ஜியாவுதீன் தன் தாயிடமிருந்து பெற்றார். ஜியாவுதீன் தாய்க்கு இவர் மேல்

கொள்ளைப்பாசம். எதிர்காலத்தில் மிகச் சிறந்த விஷயங்கள் இவருக்கு நடக்கும் என்று மிகுந்த நம்பிக்கை கொடிருந்தார் ஜியாவுதீனின் தாய். சாப்பிடும்போது ஜியாவுதீனுக்கு அதிகமான இறைச்சியும், பால் ஆடைகளையும் போடுவார் - தனக்கு இல்லாவிட்டாலும்.

மலாலாவின் தாத்தாவுக்கு தனது மகன் ஜியாவுதீன் ஒரு மருத்துவராக வேண்டுமென்ற கனவு இருந்தது. ஆனால் அவர் விஞ்ஞானத்திலும், கணிதத்திலும் மிகவும் பின்தங்கி இருந்தார். மற்ற பாடங்களில் அவர் மிகச் சிறப்பாக இருந்தார். கவிதை புனைவது அவருக்கு மிகவும் இயற்கையாக வந்தது. ஆனாலும் தனது தந்தையைத் திருப்திப்படுத்த தான் ஒரு மிகச் சிறந்த பேச்சாளராக வரவேண்டும் என்று நினைத்தார்.

ஜியாவுதீனுக்கு 13 வயதானபோது ஓர் அதிசயம் நடந்தது. எல்லோருடைய கேலியையும் கிண்டலையும் பொருட்படுத்தாமல் ஒரு மேடைப்பேச்சுப் போட்டியில் கலந்துகொண்டார். தன் தந்தையை தனது பேச்சுப்போட்டிக்குத் தேவையானதை எழுதிக் கொடுக்கச் சொன்னார். 'உனக்கு ஒரு வாக்கியம் பேச ஒருமணிநேரம் ஆகுமே!' என்றார் தந்தை. 'நீங்கள் எழுதிக்கொடுங்கள்' என்றார் ஜியாவுதீன். எப்படியாவது தனது தந்தை தன்னைப் பற்றி பெருமைப்படும்படி நடந்துகொள்ள வேண்டும் என்று நினைத்தார். அதற்காகவே பேச்சுப் போட்டியில் சேருவது என்று தீர்மானித்தார்.

அந்த நாளும் வந்தது. மேடையேறிய ஜியாவுதீன் முதலில் தடுமாறினாலும், போகப்போக தைரியம் அடைந்து தங்கு தடையில்லாமல் பேசிமுடித்தார். தன் தந்தையின் அளவு பேசமுடியாவிட்டாலும் தனக்கு ஏற்பட்ட அவப்பெயர் நீங்கும் அளவுக்குப் பேசினார். முதல் பரிசும் பெற்றார். கூடவே தந்தையிடம் பாராட்டுதல்களைப் பெற்றார். அன்று முதல் எல்லாப் பேச்சுப்போட்டிகளிலும் கலந்து கொண்டார் ஜியாவுதீன். தந்தையைப் போலவே இவரது சொற்பொழிவுகளைக் கேட்கவும் நிறைய பேர் ஆவலாக வந்தனர். தனது விடாமுயற்சியால் தனது பலவீனத்திலிருந்து வெளியே வந்தார். தனது பலவீனத்தையே தனது பலமாக மாற்றிக்கொண்டார் என்றும் சொல்லலாம்.

இப்படிப்பட்ட தந்தைக்குப் பிறந்த மலாலாவும் சிறந்த பேச்சாளராக மாறியதில் வியப்பு என்ன?

மலாலா மிகவும் தைரியமான பெண். அவளது தந்தை ஜியாவுதீன் அவளைவிட தைரியமானவர். அவர் இல்லாமல் மலாலா இருந்திருக்க முடியாது. ஆச்சரியப்பட வைக்கும் தைரியமுள்ள அவர் தனது வாழ்நாள் முழுவதும் பாகிஸ்தானில் இருக்கும் குழந்தைகளின், சிறுவர் சிறுமியரின் கல்விக்காகப் போராடியவர். மலாலா பிறந்தபோது அந்தக்

குடும்பத்தில் யாருமே சந்தோஷமாக இல்லாதபோதும், ஜியாவுதீன் தனது மகிழ்ச்சியை வெளிப்படையாகச் சொல்லிப் பெருமிதம் அடைந்தவர்.

தனது மகளை முதலிலிருந்து அபரிமிதமான அன்பு, கவனம், புத்தகங்கள் இவற்றை கொடுத்து வளர்த்துவந்தார். மலாலாவுக்குப் புரியும் வயது வந்ததிலிருந்தே அவளது ஆதரவு அவளது தந்தைக்கு இருந்தது. மற்றவர்களின் கண்களுக்குச் சாதாரண சிறுமியாகக் காணப் பட்டாலும், அவளது சகோதரர்களுக்குக் கிடைத்த சுதந்தரம் அவளுக்கும் கிடைத்தது. தனது உரிமைக்காக தனது மனதில் உள்ளதைப் பேசவும், படிக்கவும், கற்கவும் கனவுகளை வளர்த்துக்கொள்ளவும் கிடைத்த நம்பிக்கையுடனேயே அவள் தனது பதின்ம வயதில் காலடி வைத்தாள். அநியாயத்துக்காக எப்படிப் போராடுவது என்று ஜியாவுதீன் தன் மகளுக்குக் கற்றுக் கொடுத்தார். அப்படிப் போராடுபவர்கள் எத்தனை பலம் வாய்ந்தவராக இருக்கக்கூடும் என்பதை மலாலா தெரிந்து கொண்டிருந்தாள். இப்படிப்பட்ட ஒரு வாழ்க்கையை அடைய ஒவ்வொரு குழந்தையும் தகுதி உடையது.

ஜியாவுதீன் மிகப்பெரிய குடும்பத்தில் பிறந்தவர். இவரைவிட வயதில் மிகவும் பெரிய ஒரு அண்ணா. ஐந்து சகோதரிகள். இவர்கள் இருந்த பர்கானா கிராமம் மிகவும் பின்தங்கிய இடம். எந்த நேரத்திலும் இடிந்து விழும் நிலையில் இருந்த ஒரு வீட்டில் இத்தனை பேரும் வாழ்ந்து வந்தனர். மழையும் பனியும் வீட்டினுள்ளே கொட்டும் நிலை. எல்லா வீட்டுப் பெண்களைப் போல ஜியாவுதீனின் சகோதரிகளும் வீட்டிலேயே இருந்தனர்.

ஜியாவுதீன் தனது இளம்பருவத்தில் ஆண்களுக்கும் பெண்களுக்கும் இருக்கும் வித்தியாசத்தை நன்கு உணர்ந்திருந்தார். அவர் வீட்டிலேயே இந்த வித்தியாத்தை அவர் கண்டார். அவரது சகோதரிகள் யாரும் பள்ளிக்குப் போனதில்லை. உணவு விஷயத்திலும் பெண்களுக்குப் பால் கலக்காத டீ. இறைச்சியிலும் கொழுப்பு நிறைந்த பகுதி ஆண் களுக்கு. பெண்களுக்கு எந்தவித சுதந்தரமும் இருந்ததில்லை. அவர்களது உணர்வுகள் ஒரு பொருட்டாகவே மதிக்கப்பட்டதில்லை என்பதைக் கண்கூடாகக் கண்டிருக்கிறார். ஆனாலும் அவர் பெண்களை மதித்தார். மரியாதை கொடுத்தார். தனது பள்ளியில் சிறுமிகளையும் சேர்த்துக் கொண்டார்.

அவர்களது கிராமத்தில் இருந்த ஒரு முல்லா, ஜியாவுதீனின் பள்ளிக்கு எதிராகப் பிரசாரம் செய்தபோது அவருக்கு எதிராகப் போராட ஜியாவுதீன் தயங்கவே இல்லை. அந்த முல்லாவைப் பற்றி மற்றவர் களிடம் இப்படிச் சொன்னார்: 'முழுமையாகக் கற்காத ஒரு முல்லா

நமது நம்பிக்கைக்கு ஆபத்தானவர்'. பலம் பொருந்திய அரசர்களும், சர்வாதிகாரிகளும்கூட முல்லாவிடம் பேசும்போது வெகு ஜாக்கிரதை யாக வார்த்தைகளைத் தேர்ந்தெடுத்து தான் பேசுவார்கள். அப்படி யிருக்க ஒரு சாதாரணப் பிரஜையான முல்லாவுக்கு எதிராக இப்படிப் பேசுவதற்கு அசாத்தியமான தைரியம் வேண்டும்.

2005ம் ஆண்டு ஸ்வாட் பள்ளத்தாக்கு கொஞ்சம் கொஞ்சமாக தாலிபன் தலைவர் மௌலானா பஸ்லுல்லாவின் சொந்த சொத்துபோல ஆகி விட்டது. தாலிபன்கள் பசுத்தோல் போர்த்திய புலிகள் என்று ஜியாவு தீனுக்குத் தெரியும். ஆனால் பொதுமக்களில் பலரும் தாலிபன்களை விரிந்த கைகளுடன் வரவேற்றபோது, ஜியாவுதீன் மிகவும் விசனப் பட்டார். உள்ளூரில் தாலிபன்களுக்கு எதிராக வெளிப்படையாகக் கோஷமிட்ட சிலரில் ஜியாவுதீனும் ஒருவர். அவரது நகைச்சுவையான அதே சமயம் கூர்மையான பேச்சுகள் மக்களைக் கவர்ந்தன. பொது இடங்களிலும், வீடுகளிலும் அவரது பேச்சுகள் எதிரொலித்தன. அவரது முதல் நோக்கம் தாலிபன்களின் கொடுமைக்கு எதிராக மக்களை ஒன்றுபட வைப்பதுதான். ஒரு கூட்டத்தில் அவர் சொன்னார்: 'ஸ்வாட் இப்போது ஒரு கோழிப்பண்ணை ஆகிவிட்டது. தாலிபன்கள் நம்மை ஒவ்வொருவராக வெட்டிக் கொண்டிருக்கிறார்கள். அவர்கள் சுவற்றில் எழுதுவதைப் பார்த்துவிட்டு நாமெல்லோரும் கூட்டாக அவர்களின் பெரும் சீர்குலைவுக்கு ஆளாக வேண்டியதுதான்'.

2008 ஆம் ஆண்டு தங்களது பண்பலை வானொலியில் ஜியாவுதீனைத் தங்கள் எதிரியாக தாலிபன் அடையாளம் காட்டியது. இந்த மாதிரி அறிவிப்புகள் கிட்டத்தட்ட மரண தண்டனை போலத்தான். ஜியாவுதீன் இதெற்கெல்லாம் முடங்கவில்லை. தலைமறைவானார். ஓரிடத்தில் தங்காமல் பல இரவுகள் தன்னிருப்பிடத்தை மாற்றிக்கொண்டே இருந்தார். 2009 ஆம் ஆண்டு ஸ்வாட் பள்ளத்தாக்கிலிருந்து தாலிபன்கள் விரட்டப்பட்ட பின் ஜியாவுதீன் தனது இருண்ட நாள்களைப் பற்றிப் பேசினார்: 'மலாலாவும் அவளது தாயும் ஒரு சுவரேணியை எப்போதும் தயாராக வைத்திருப்பார்கள். தாலிபன்கள் என்னைத் தேடி வந்தால் நான் தப்பிப் பிழைக்க அதுதான் கடைசி வழி என்று அவர்கள் நினைத்தார்கள்'. பயமும் அச்சுறுத்தல்களும் நிறைந்திருந்த அந்த நாள்களில் பல உறவினர்கள் அவரைத் தலிபானுக்கு எதிரான நடவடிக் கைகளைக் கைவிடுமாறு கேட்டுக்கொண்டனர். அவர் சொன்னார்: 'கோழைகள்தான் பயப்படுவார்கள். வீரர்கள் துணிந்து நிற்பார்கள்.'

'ஆரம்பத்தில் நாங்கள் தாலிபன்களாக மாறவேண்டும் என்று கட்டாயப் படுத்தப்படுவோம். பிறகு எங்களைத் தீவிரவாதிகள் என்று முத்திரை குத்திக் கொன்றுவிடுவார்கள். ஒரு எருமை மாட்டுக்குக் கொடுக்கும் விலையைவிட எங்கள் பஷ்டூன்களின் உயிருக்குக் குறைந்த விலைதான்

கொடுக்கப்பட்டது. எருமை மாட்டுக்கு நஷ்ட ஈடு 3000 டாலர் கிடைத்தால் தாலிபன்களால் கொல்லப்படும் பஷ்டூன்களுக்கு 1000 டாலர்தான் கிடைக்கும். ஒரு நாடு தன் குடிமக்களைத் தனது குழந்தைகள் போல பாதுகாக்கவேண்டும். ஆனால் இஸ்லாமாபாத் எங்களை அனாதைகளாக்கிவிட்டது. எங்களை ஏமாற்றிவிட்டது' என்று தங்கள் நிலைமை குறித்து சொல்கிறார் ஜியாவுதீன்.

மலாலா சுடப்படுவதற்கு முன் 2012 பிற்பகுதியில் ஜியாவுதீனின் நண்பர் ஜாஹித் கான் தாலிபன்களால் தாக்கப்பட்டு காயப்படுத்தப்பட்டார். அப்போது உள்ளூர் பாகிஸ்தான் ராணுவ அதிகாரிகளுடன் ஸ்வாட் மக்கள் பொதுக்கூட்டம் ஒன்றை நடத்தியபோது வந்திருந்த அதிகாரிகளை ஜியாவுதீன் கேட்டார்: 'உண்மையில் போர் நடப்பது ராணுவத்துக்கும், தாலிபன்களுக்கும் இடையில். ஆனால் ஒரு ராணுவ அதிகாரி கூட கொல்லப்பட்டதாக நாங்கள் கேள்விப்படுவதில்லையே. பதிலாக உங்களுக்கு ஆதரவு கொடுக்கும் தலைவர்களும், உங்களுக்கு ஆதரவான கருத்துச் சொல்பவர்களும் மட்டுமே குறிபார்க்கப்படுகிறார்களே, இது ஏன்?' இந்தக்கேள்விக்கு அந்த அதிகாரியிடம் பதில் இல்லை.

இத்தனை தைரியமான ஜியாவுதீன், மலாலா சுடப்பட்ட பிறகு அவளது இடது தலையில் இருக்கும் காயத்தைப் பார்க்கும்போதெல்லாம் அழுவார். அவர் மலாலாவை முன்னிறுத்தி அவரது கருத்துகளை அவள் மூலம் பேசச்சொன்னதாகவும், அதனாலேயே அவளைத் தாலிபன்கள் சுட்டனர் என்றும் பொதுமக்கள் பேசும்போது ரொம்பவும் வருத்தப்படுவார். இப்படிச் சொல்வதால் மலாலாவுக்குச் சொந்தமாக எதுவும் பேசத்தெரியாது என்று ஆகிறது இல்லையா? அது அவரை ரொம்பவும் வாட்டும். இருபது வருடங்களாகஉழைத்து உருவான தனது கனவுப் பள்ளியை மகளுக்காக விட்டுவிட்டு இப்போது இங்கிலாந்தில் இருக்கிறார். இப்போது அவர் மலாலாவின் அப்பா என்று அறியப்படுகிறார். அதில் அவருக்குப் பெருமைதான்!

மலாலாவின் அம்மா தோர் பெகாய் ஒரு எளிமையான இல்லத்தரசி. அடக்கம், எளிமை இரண்டும் மலாலாவுக்கு இவர் அளித்த கொடைகள். இவரது அம்மா, பாட்டி ஆகிய பெண்கள் மிகவும் திடமான, மனஉறுதி படைத்த பெண்கள். அதேபோல ஆண்களும் நல்ல செல்வாக்கு வாய்ந்தவர்கள். இப்படிப்பட்ட குடும்பத்தில் பிறந்த தோர் பெகாய் கணவருக்கும், மகளுக்கும் கண்ணுக்குத் தெரியாத பக்கபலம். தைரியம், ஒளிவுமறைவு இல்லாத நடவடிக்கை இரண்டையும் அவர்களுக்குப் போதித்ததும் இவர்தான். பள்ளிக்குப் போனதே இல்லை இவர். இவரது தந்தை ஜன் ஸர்கான், எல்லைக்காந்தி என்று கொண்டாடப்பட்ட அப்துல் காபர்கானால் பெரிதும் கவரப்பட்டவர்.

தோர் பெகாய் எந்த அரசியல் எழுச்சியிலும் கலந்துகொண்டவர் இல்லை. ஆனால் தனது கணவருக்கு மிகச்சிறந்த ஆலோசகராக இருந்தார். ஜியாவுதீன் முதலில் ஜிகாதிக்களால் கவரப்பட்டபோது தோர் பெகாயின் அப்பாவும் சகோதரரும்தான் அவருக்கு உண்மையை எடுத்துக்கூறி அவர்களிடமிருந்து விலகி இருக்கச் சொன்னார்கள்.

ஜியாவுதீன் தன் மனைவியின் மேல் அளவு கடந்த பாசம் வைத்திருந் தார். அவரைக் கேட்காமல் எதுவும் செய்யமாட்டார். தினமும் நடப்பவைகளை அவரிடம் ஒன்றுவிடாமல் பகிர்ந்து கொள்வார். தோர் பெகாய் எழுதப் படிக்கத் தெரியாதவராக இருந்தாலும் கணவனுக்கு நல்ல அறிவுரைகள் கூறுவார். ஜியாவுதீனின் நண்பர்களில் யார் உண்மையானவர், யாரை விலக்க வேண்டும் என்றெல்லாம் கூறுவார். அவர் சொல்வது எப்போதுமே சரியாக இருக்கும் என்கிறார் ஜியாவுதீன். பஷ்டூன் ஆண்கள் இதைச் செய்யவே மாட்டார்கள். பெண்களுடன் பிரச்னைகளை விவாதிப்பது ஆண்களின் பலவீனம் என்று கருதுபவர்கள் அவர்கள். 'அவன் பெண்டாட்டியிடம் கேட்கிறான்!' என்று அதை ஓர் அவமானமாகச் சொல்வார்கள்.

மலாலாவின் தாய் மத நம்பிக்கை கொண்டவர். ஐந்து முறை தொழுவார். மசூதிக்குப் போகமாட்டார் - அது ஆண்கள் மட்டுமே போகக்கூடிய இடம் என்பதால். ஆனால் அவருக்கு நடனம் ஆடுவது பிடிக்காது. ஏனெனில் கடவுளுக்கு அது உவப்பாக இருக்காது என்பார். ஆனால் தன்னை மிகவும் அழகாக அலங்கரித்துக் கொள்வது அவருக்குப் பிடித்த விஷயம். ஜரிகை வேலைப்பாடு செய்த ஆடைகளும், தங்க கழுத்தணிகளும், வளையல்களும் அணிவது அவருக்கு மிகவும் பிடிக்கும். ஜியாவுதீன் கல்வி பிரசாரங்களிலும், இலக்கியக் கூட்டங்களிலும் சுற்றுச்சூழல் காப்பதிலும் மிகவும் மும்முரமாக இருந்ததால் மலாலாவும் அவளது சகோதரர்களும் தங்கள் அம்மாவுடனேயே பெரும் பொழுது இருந்தனர்.

தனது கணவரும், மகளும் போராடுவது நல்ல விஷயங்களுக்கே என்று தோர் பெகாய் நம்பினாலும் மலாலாவுக்கு விருதுகள் வருவதை அவர் விரும்பவில்லை. மலாலா உலகம் முழுவதும் அறியப்படுபவளாக இருப்பது தாலிபன்கள் அவளைக் குறிவைக்க ஏதுவாக இருக்கும் என்று நம்பினார். 'எனக்கு இந்த விருதகள் பிடிக்கவில்லை. எனக்கு என் மகள் வேண்டும். என் கண்ணின் இமையில் ஒரு முடியைக்கூட என் மகளுக்கு ஈடாக நான் கொடுக்க விரும்பவில்லை' என்பார்.

மலாலா சுடப்பட்டு உயிருக்குப் போராடிக்கொண்டிருந்தபோது தோர் பெகாய்தான் ஜியாவுதீனுக்கு உறுதுணையாக நின்று அவரை மனம்

உடைந்து போகாமல் காப்பாற்றினார். 'மலாலா ஒரு வேளை இறந்து விட்டால் மக்கள் என்னைக் குற்றம் சொல்வார்களா' என்று இவர் கேட்டபோது, 'நிச்சயம் இல்லை. நீங்கள் அவளை ஒரு குற்றவாளி யாகவோ, தீவிரவாதியாகவோ வளர்க்கவில்லை. அவள் ஒரு உன்னத மான காரணத்துக்காகக் குரல் கொடுத்தவள்' என்று தோர் பெகாய் கூறினாராம்.

சுடப்பட்ட மலாலாவை பெஷாவருக்கு ஹெலிகாப்டரில் எடுத்துக் கொண்டு போகும்போது தனது வீட்டில் மாடியில் இருந்து ஹெலிகாப்டரைப் பார்த்துக் கொண்டிருந்த தோர் பெகாய் தனது தலையை மூடியிருந்த துணியை எடுத்துவிட்டு (இது பஷ்டூன் பெண் களிடையே காணக் கிடைக்காத ஓர் அரிய செய்கை) தன் இருகை களாலும் அதைத் தலைக்கு மேல் பிடித்துகொண்டு - கடவுளுக்கு ஏதோ அர்ப்பணம் செய்வதுபோல - 'இறைவா! நான் அவளை உன்னிடம் ஒப்படைக்கிறேன். எங்களுக்கு பாதுகாவலர்கள் வேண்டாம் என்று சொல்லிவிட்டோம். நீயே எங்கள் பாதுகாவலன். அவள் உன்னுடைய பாதுகாப்பில் இருந்தாள். அவளை மறுபடி எங்களுக்குக் கொடுத்தே ஆகவேண்டும்!' என்று சொர்க்கத்தை நோக்கிக் குரல் கொடுத்தார்.

சுடப்பட்ட பின் மலாலாவைத் தனது கடைக்குழந்தை போலப் பார்த்துக் கொள்வார் அவரது அம்மா. கதவு தட்டப்பட்டால் துள்ளி எழுவார். ஒரு சின்ன சத்தம் கேட்டால்கூட பயப்படுவார். மலாலாவை அடிக்கடி கட்டிக்கொண்டு 'நீ உயிருடன் இருக்கிறாய்' என்று சொல்லி அழுவார்.

பல வருடங்களாக மலாலாவும் அவள் தந்தையும் பாடுபடுவது பெண்களின் கல்விக்காக. அதன் உண்மைப் பயன் இப்போது தோர் பெகாய் கல்வி கற்று வருவதுதான். ஆம், தோர் பெகாய் இப்போது எழுத படிக்க கொஞ்சம் ஆங்கிலத்தில் பேச கற்று வருகிறார். அவருக்கு கற்கவேண்டும் என்ற விருப்பம் இருக்கிறது. கல்வி வேண்டும் என்று விரும்புகிறார். வாரத்தில் ஐந்து நாட்கள் பள்ளிக்குப் போய்வருகிறார். சமர்த்தாக வீட்டுப்பாடங்களைச் செய்கிறார் என்று அம்மாவை சிலாகிக்கிறாள் மலாலா.

பெண்களின் கல்விக்காகக் குரல் கொடுக்கும் மகள். பெண்களுக்கான பள்ளிக்கூடம் நடத்தும் கணவர். இப்படியிருக்கையில் தோர் பெகாய் படிக்காமல் இருக்கமுடியுமா? கணவரே அவருக்கு வீட்டுப்பாடங்கள் செய்ய உதவுகிறார். பாகிஸ்தானிலும் ஏன் உலகம் முழுவதிலும் பெண்களுக்குக் கல்வியும் வாய்ப்புகளும் வேண்டும் என்று கேட்டு வரும் குடும்பம் என்றாலும் தோர் பெகாய் இப்போது படிக்க ஆரம்பித் திருப்பது ஒரு புதிய ஆரம்பம் என்றே சொல்லவேண்டும்.

மனைவி படிக்கப் போனால் கணவர் ஜியாவுதீன் சமையலறைக்குப் போகிறார். 'அம்மா இப்போது ஆங்கிலம் கற்றுக்கொள்கிறார். சுதந்தரமாக இருக்க முயல்கிறார். தனியாகவே மருத்துவமனைக்குச் செல்கிறார். சந்தைக்குச் சென்று வேண்டியதை வாங்கிவருகிறார். என் அப்பாவைப் பாருங்கள். முட்டை வேக வைக்கிறார். அவரால் அதிகம் சமையல் செய்யமுடியாது, ஆனாலும் சாப்பாட்டு மேஜையைத் தயார் செய்கிறார். பழக்கலவையையும் வெண்ணையையும் கிண்ணங்களில் எடுத்து வைக்கிறார். மெல்ல மெல்ல இந்த வேலைகளில் தேறிவருகிறார்' என்று மிகுந்த பெருமையுடன் மலாலா தனது பெற்றோர்களின் சமீபத்திய மாற்றங்களைப் பட்டியலிடுகிறாள்.

'இந்த நிகழ்வுகள் எங்களுக்கு மிகவும் முக்கியமானவை. ஏனெனில் பல நாடுகளில் ஆண்கள் சமையலறைக்குச் செல்வது இல்லை. அது பெண்களின் உலகம் என்று நினைக்கிறார்கள். ஆணின் வேலை வீட்டுக்கு வெளியே சென்று சம்பாதிப்பது, குடும்பத்தைத் தன் கட்டுப்பாட்டில் வைத்திருப்பது. இப்போது எங்கள் வீட்டில் நடப்பவை என் அம்மாவுக்கு வெளியுலகம் தெரிவதால் தோன்றும் மாற்றங்களைச் சொல்கிறது' என்று சொல்கிறாள் மலாலா.

தோர் பெகாய் பொதுவாக வெளிச்சத்துக்கு வர விரும்புவதில்லை. மகளின் பெருமைக்குப் பின்னாலிருந்து ஆதரவு தர விரும்பும் அவரை மலாலா கூப்பிட்டுத் தன்னை நேர்முகப்பேட்டி காண வந்திருக்கும் பத்திரிக்கையாளர்களிடம் சில வார்த்தைகள் பேசும்படி சொல்கிறாள். தனது தலையை மூடியிருக்கும் துணியை சரிசெய்தபடியே வரும் தோர் பெகாய் தனது புதிய மொழி அறிவு பற்றியும் எப்படி இங்கு நடப்பவை தனது வாழ்க்கையை மாற்றிவிட்டது என்றும் சொல்லிவிட்டு தனக்குத் தெரிந்த ஆங்கிலத்தில் ஒரு சில வார்த்தைகள் பேசுகிறார்.

இது மலாலாவுக்குக் கிடைத்திருக்கும் வெற்றி என்று சொல்லலாமா?

5. மலாலாவின் தந்தை ஆரம்பித்த பள்ளி

சிறு வயதிலிருந்தே மலாலாவின் தந்தை ஜியாவுதீனின் கனவு சொந்தமாக ஒரு பள்ளிக்கூடம் தொடங்குவதுதான். அறிவைத் தவிர வேறெதுவும் வாழ்க்கையில் பெரிதில்லை என்று அவருக்குத் தோன்றியது. தண்ணீர் சுழற்சிமுறையை கற்கும் வரை அவருக்கு நதியின் நீர் எங்கிருந்து வருகிறது, எங்கே போகிறது என்பது ஒரு புரியாத புதிராகவே இருந்தது. தனது புத்தகத்தில் மழை எப்படிப் பெய்கிறது என்பதைப் படித்தவுடன் தான் புதிருக்கு விடை கிடைத்தது. அப்போது அவருக்குக் கல்வியின் மகத்துவம் தெரிந்தது.

அவர் படித்த சூழலும் அவருக்குச் சொந்தமாக பள்ளிக்கூடம் திறக்க வேண்டும் என்ற எண்ணத்தை உண்டாக்கியது. அவரது கிராமம் மிகவும் பின்தங்கி இருந்த நிலையில் அவர் படித்த பள்ளிக்கூடம் ஒரு சிறிய கட்டடத்தில் நடைபெற்று வந்தது. வகுப்புகள் பெரும்பாலும் மரத்தடியிலேயே நடைபெற்றன. கழிவறை இல்லாத நிலையில் மாணவர்கள் இயற்கையின் உபாதைகளுக்கு வெட்டவெளியையே நம்பியிருந்தனர். இந்தச் சூழ்நிலையிலும் தான் ரொம்பவும் அதிர்ஷ்டசாலி என்று அவருக்குத் தோன்றும். அவரது சகோதரிகள் பள்ளிக் கூடமே கண்டறியாதபோது தன் தந்தை ரோஹ ுல் அமின் தன்னைப் பள்ளிக்கு அனுப்புவதே பெரிய விஷயம் என்று நினைப்பாராம். கல்வி என்பது தனக்குக் கிடைத்த ஒரு கொடை என்றே அவர் நினைத்தார். பொதுவாக இமாம் என்று அழைக்கப்படும் இஸ்லாமிய குருமார்கள் தங்கள் குழந்தைகளை மதரசாக்களிலேயே படிக்க வைப்பார்கள். ஆனால் ஜியாவுதீன் தந்தை இமாமாக இருந்தும் அவரை அரசுப் பள்ளியில் சேர்த்து ஆங்கிலக் கல்வி கற்க வைத்தார்.

இங்கு கற்பிக்கப்படும் கல்வி நவீனக் கல்வி. ஒரு இமாமின் பிள்ளை இங்கு படிக்கலாமா என்ற கேலியையும் பொருட்படுத்தாமல் இந்தப் பள்ளியில் தனது தந்தை சேர்த்தார் என்பதற்காகவே தந்தைக்கு தான் மிகவும் கடமைப்பட்டிருக்கிறேன் என்பார் ஜியாவுதீன். கல்வியுடன் கூட கற்கவேண்டும் என்ற ஆவலையும் அறிவைப் பெருக்கிக் கொள்ள வேண்டுமென்ற ஆசையையும் சேர்த்து வளர்த்தார் ஜியாவுதீனின் தந்தை.

இவரது தந்தை மிகவும் கஞ்சர் என்று சொல்லலாம். பொதுவாகவே பதான்கள் கஞ்சர்கள்தான். விருந்தாளிகளுக்கு உபசாரம் நன்கு செய்வார்கள். அதில் எந்தக் குறையும் இருக்காது. ஆனால் பண விஷயத்தில் ரொம்பவும் சிக்கனம் பார்ப்பார்கள். குழந்தைகள் சாப்பிடும்போது உணவைக் கீழே சிந்தினால்கூட ஜியாவுதீனின் தந்தைக்குப் பயங்கரக் கோபம் வரும். அவர் அரசுப் பள்ளியில் ஆசிரியராக இருந்ததால் அவரது பிள்ளைகளுக்கு விளையாட்டுகளிலும், ஆண் சாரணர்கள் பிரிவில் சேர்வதற்கும் கட்டணத்தில் தள்ளுபடி கிடைக்கும். மிகக் குறைவாக இருக்கும் இந்தத் தள்ளுபடியையும் விடாமல் வாங்கிக் கொள்வார் ஜியாவுதீன் தந்தை ரோஹுல் அமின். பல ஆசிரியர்கள் இந்தத் தள்ளுபடியைப் பற்றி அதிகம் கவலைப்படமாட்டார்கள். ஆனால் ஜியாவுதீனின் தந்தை அவரைக் கட்டாயப்படுத்தி அந்த ஐந்து ரூபாயை வாங்கிக் கொள்ளச் செய்வார். அதேபோல புது புத்தகங்கள் வாங்கிக் கொடுக்க மாட்டார். தன்னிடம் படிக்கும் மிகச் சிறந்த மாணவர்களிடம் அவர்களது புத்தகத்தை அப்படியே தன் பிள்ளைக்காக வைத்திருக்கும்படி சொல்வார். வருடம் முடிந்ததும் ஜியாவுதீனை அவர்களது வீடுகளுக்கு அனுப்பிப் புத்தகங்களை வாங்கி வரச் செய்வார். இதெல்லாம் ஜியாவுதீனுக்குப் பிடிக்காத விஷயங்கள் என்றாலும், இப்படிச் செய்யவில்லையென்றால் கல்வியறிவு இல்லாதவனாக இருக்க நேரிடும் என்பதால் தந்தை சொல்படி கேட்டு நடந்தார்.

'பழைய புத்தகங்களை வைத்துப் படிப்பது தவறான பழக்கம் அல்ல; எனக்குப் புது புத்தகங்கள் வேண்டும். இன்னொருவரின் பெயர் எழுதப்படாமல், என் தந்தையின் பணத்தில் வாங்கிய புத்தகமாக இருக்க வேண்டும் என்று ஆசை' என்கிறார் ஜியாவுதீன். தந்தையின் இந்தக் கஞ்சத்தனம் இவரை பணத்திலும், மனத்திலும் தாராளமானவராக மாற்றியது.

இந்த மாதிரியான அனுபவங்கள் சிறுவயதில் ஏற்பட்டதாலோ என்னவோ ஜியாவுதீன் சொந்தமாகப் பள்ளி ஆரம்பிப்பதைப் பற்றி தனது கல்லூரி பருவத்திலேயே யோசிக்க ஆரம்பித்துவிட்டார். அவரது பள்ளியில் மாணவர்கள் உட்கார மேசைகள் இருக்கும். புத்தகங்கள் படிக்க நூலகம் இருக்கும். கணினிகள் இருக்கும். சுவர் முழுவதும்

34

பளிச்சென்ற வண்ணமயமான சுவரொட்டிகள் இருக்கும். மிகமிக முக்கியமாக கழிவறைகள் இருக்கும். இவையெல்லாம் ஜியாவுதீன் எதிர்காலத்தில் தான் ஆரம்பித்து நடத்தப் போகும் பள்ளியைப் பற்றி கட்டிய கோட்டைகள்.

கல்லூரிப் படிப்பு முடிந்த சில வருடங்கள் ஜியாவுதீன் அங்கிருந்த ஒரு தனியார் கல்லூரியில் ஆசிரியராக இருந்தார். மிகவும் குறைந்த வருமானம். ஜியாவுதீனின் தந்தை குடும்பத்துக்கு ஜியாவுதீன் பண உதவி எதுவும்செய்வதில்லை என்று குறை சொல்ல ஆரம்பித்தார். ஜியாவுதீனின் நண்பர் முஹமத் நயீம் கான் அவருடன் கூட வேலை செய்தவர். இவர்களிருவரும் ஆங்கில இளங்கலை, முதுகலை ஒன்றாகப் படித்தவர்கள். இருவருக்கும் கல்வியின் மேல் தீராத ஆர்வம். இருவருக்கும் இந்த ஆசிரியர் வேலை கொஞ்சம் கூடப் பிடிக்க வில்லை. அங்கு மாணவர்களுக்குச் சுயமாக சிந்திக்க சுதந்தரம் இல்லை. நிர்வாகம் மிகவும் கண்டிப்புடன் இருந்தது. ஆசிரியர்களி டையே நிலவும் நட்பு கூட அவர்களுக்குப் பிடிக்கவில்லை. அப்போது தான் ஜியாவுதீனுக்குச் சொந்தமாக பள்ளிக்கூடம் நடத்துவதில் உள்ள சுதந்தரம் தேவையாயிருந்தது. மாணவர்களிடையே சுதந்தரமான சிந்தனையை வளர்க்கவேண்டும் என்ற எண்ணத்தைக் கொண்டிருந்த ஜியாவுதீனுக்கு அவர் வேலை செய்து வந்த இடத்தில் பரந்த நோக்கமும் கற்பனைத் திறனும் பின்னுக்குத் தள்ளப்பட்டு கீழ்படிதலுக்குப் பரிசு கிடைத்தது வேதனையை அளித்தது.

இப்போது மூன்று கட்டடங்களுடன், 1100 மாணவர்களுடன் 70 ஆசிரியர்களுடன் இருக்கும் ஜியாவுதீனின் குஷால் பள்ளி சூன்யத்தி லிருந்து ஆரம்பிக்கப்பட்ட ஒன்று. ஒரு சிறிய கிராமத்திலிருந்து வந்த சிறுவனின் கனவு இந்தப் பள்ளி. தனது கிராமமமான ஷாபூரில் இந்தப் பள்ளியை ஆரம்பிக்க வேண்டும் என்பது அவரது ஆசை. அங்கேதான் பள்ளிக்கான தேவை இருந்தது. ஆனால் ஜியாவுதீனும் அவரது நண்பர் நயீம் கானும் அங்கு சென்று பள்ளிக்குக் கட்டடம் தேடியபோது அங்கு ஏற்கெனவே ஒரு பள்ளி ஆரம்பிக்கப்படுவதாக இருந்தது. அதனால் மிங்கோராவிலேயே ஒரு ஆங்கிலப்பள்ளியை ஆரம்பிக்கத் திட்ட மிட்டனர். ஸ்வாட் ஒரு சுற்றுலாத் தலமாக இருந்தபடியால் அங்கு ஆங்கிலப் பள்ளியை ஆரம்பிப்பது சரியான யோசனை என்று இரு வருக்கும் தோன்றியது.

ஜியாவுதீன் தனது ஆசிரியர் பணியைத் தொடர்ந்த வேளையில் நயீம் தங்களது பள்ளிக்குக் கட்டடம் தேடி அலைந்தார். கடைசியில் செல் வந்தர்கள் இருக்குமிடத்தில் இரண்டு மாடிக் கட்டடம் ஒன்று நடுவில் பெரிய முற்றத்துடன் - மாணவர்கள் அங்கு ஒன்றாக குழுமலாம் - கிடைத்தது. அங்கு ஏற்கெனவே ஒருவர் ரமதா என்ற பள்ளியை நடத்தி

வந்திருந்தார். அந்தக் கட்டடத்தைப் பார்த்த ஜியாவுதீன் மிகவும் மகிழ்ந்து போனார். அவர் அந்தக் கட்டடத்தை முதன்முதலில் சென்று பார்த்தது ஒரு பௌர்ணமி இரவில். வானத்தில் தெரிந்த சந்திரனையே நல்ல சகுனமாகக் கொண்டார். தனது கனவு நிறைவேறப்போகிறது என்றும் தான் மிகவும் அதிர்ஷ்டம் உள்ளவன் என்றும் அவருக்குத் தோன்றியது.

ஜியாவுதீனும் அவரது நண்பர் நயீம் கானும் தங்களது சேமிப்பான 60,000 ரூபாயையும், வெளியில் கடனாக 30,000 ரூபாயையும் பள்ளிக்கூடத்தில் முதலீடு செய்தனர். தங்கள் பள்ளிக்கு எதிரிலேயே ஒரு குடிசையை வாடகைக்கு எடுத்துக்கொண்டு குடியேறினர். ஒவ்வொரு வீடாக ஏறி இறங்கி தங்கள் பள்ளிக்கு மாணவர்களை சேர்க்க ஆரம்பித்தனர். அந்த சமயத்தில் ஆங்கிலப் பள்ளிக்கு அத்தனை மவுசு இல்லாததால், எதிர்பார்த்த அளவு மாணவர்கள் சேரவில்லை. மேலும் எதிர்பாராத செலவுகளால் கையிலிருந்த பணம் கரைய ஆரம்பித்தது. தினமும் ஜியாவுதீனின் அரசியல் தோழர்கள் பள்ளிக்கோ அல்லது அவர் தங்கியிருந்த குடிசைக்கோ வர ஆரம்பித்தனர். 'இவர்களையெல்லாம் நம்மால் சமாளிக்க முடியாது' என்று நயீம் குறை சொல்ல ஆரம்பித்தார்.

நல்ல நண்பர்களாக இருந்தாலும், கூட்டு வியாபார முயற்சியில் இருவரது மனநிலையும் வேறு மாதிரி இருந்தது. அவர்களிருவரும் வியாபாரத்தில் துணைவர்களாக இருப்பது கடினம் என்று நயீம் கானுக்கு வெகு சீக்கிரமே தோன்றியது. ஜியாவுதீனைப் பார்க்க நிறைய விருந்தாளிகள் வந்த வண்ணம் இருந்தனர். அவர்களும் பள்ளிக்கூட கட்டடத்திலேயே தங்க ஆரம்பித்தனர். இது நயீம் கானுக்குக் கொஞ்சமும் பிடிக்கவில்லை. மூன்று மாதங்களில் நயீம் கானுக்குப் போதும் போதுமென்றாகிவிட்டது. 'மிகக் கஷ்டமான ஒரு வேலையை நாம் ஆரம்பித்திருக்கிறோம். நாம் மாணவர்களிடமிருந்து நம் பள்ளியில் சேர கட்டணம் வசூலிக்க வேண்டிய நிலையில் நம்மிடம் வருபவர்கள் எல்லோரும் பிச்சைக்காரர்களாக இருக்கிறார்கள்' என்று நொந்து போனார் அவர். 'என்னால் இனிமேலும் முடியாது' என்று விலகத் தயாரானார். நெருங்கிய நண்பர்கள் விரோதிகளானார்கள்.

கஷ்டப்பட்டு உருவாக்கிய பள்ளியை விட மனமில்லாமல், ஜியாவுதீன் தனது நண்பனின் முதலீட்டை திருப்பிக் கொடுத்துவிட சம்மதித்தார். ஆனால் எப்படி என்றுதான் அவருக்குப் புரியவில்லை. அதிர்ஷ்ட வசமாக ஜியாவுதீனின் இன்னொரு தோழர் ஹிதயதுல்லா நயீம் கானின் இடத்தை எடுத்துக்கொண்டு முதலீடும் செய்தார். மறுபடியும் தோழர்கள் இருவரும் வீடு வீடாகச் சென்று மாணவர்களைத் தாங்கள் புது மாதிரியாக உருவாக்கியிருக்கும் பள்ளிக்கு அனுப்புமாறு

பெற்றோர்களிடம் வேண்டினர். தெற்கு ஸ்வாட் பகுதியைச் சேர்ந்த குஷால் கான் கட்டக் என்ற ஒரு புரட்சிக் கவிஞரின் பெயரை தமது பள்ளிக்கூடத்துக்கு வைத்தனர். இந்தக் கவிஞர் 17 ஆம் நூற்றாண்டில் மொகலாயர்களுக்கு எதிராக பதான்களை ஒன்று திரளச் செய்தவர்.

பள்ளிக்கூட வாசலில் ஒரு வாசகம் எழுதப்பட்டிருந்தது. புதிய சகாப்தத்தின் அறைகூவலுக்கு உங்களைத் தயார் செய்ய நாங்கள் உறுதி எடுக்கிறோம்! ஜியாவுதீன் தனது பள்ளிக்கென ஒரு பரிசுக் கேடயமும் உருவாக்கி இருந்தார். அதன் மேலும் கட்டக் அவர்களின் வாசகம் பொறிக்கப்பட்டிருந்தது. ஜியாவுதீனுக்கு மாணவர்கள் தங்கள் நாட்டின் மிகப் பெரிய நாயகர்களைப் பற்றி அறிந்திருக்கவேண்டும்; அவர்களது சொற்களால் மாணவர்கள் கவரப்பட வேண்டும் என்று ஆவல். அதேசமயம் இந்தக் காலத்துக்குத் தகுந்தாற்போல அந்த வாக்கியங்களைச் சொல்லித் தருவார். வெளிநாட்டிலிருந்து வரும் எதிரிகளை நாம் கத்தி, வாள் கொண்டு எதிர்ப்பது போல நமது அறியாமை என்னும் பகைவனை புத்தகங்கள், பேனாக்கள் இவற்றைக் கொண்டு எதிர்க்க வேண்டும் என்று சொல்வார்.

இத்தனை செய்தும் பள்ளிக்கூடம் தொடங்கிய அன்று மூன்று மாணவர்கள் மட்டுமே இருந்தனர். ஆனாலும் ஜியாவுதீன் தேசிய கீதம் பாடி பள்ளியைத் தொடங்க வேண்டும் என்று சொன்னார். அவரது மருமகன் அசிஸ் பாகிஸ்தானின் கொடியை ஏற்றினார்.

மிகக்குறைந்த மாணவர்கள் என்றாலும் அவர்களுடைய கையிருப்பும் குறைவாகவே இருந்தது. ஜியாவுதீன் நிறைய கடன்கள் வைத்திருப்பது ஹிதயதுல்லாவுக்கு மகிழ்ச்சியைத் தரவில்லை. பள்ளிக்கூடத்தை அரசாங்கத்தில் பதிவு செய்யப்போனபோது நடந்த நிகழ்வு நிச்சயம் ஜியாவுதீனுக்கு வருத்தத்தையே ஏற்படுத்தியது. 'மூன்று ஆசிரியர் களுடன் ஒரு பள்ளி! எல்லோருக்கும் பள்ளிக்கூடம் நடத்த ஆசை வந்துவிடுகிறது' என்று கல்வி அதிகாரி கேலி செய்ததுடன் நிற்காமல், 'உங்கள் ஆசிரியர்கள் பயிற்சி பெற்றவர்கள் இல்லை' என்ற குற்றச் சாட்டையும் முன் வைத்தவுடன் ஜியாவுதீனுக்கு வந்த கோபத்துக்கு அளவே இல்லை. கையூட்டு கேட்கிறார்கள் என்பதும் புரிய கொதித்து எழுந்தார். 'நான் ஒரு அலுவலகத்தில் இருக்கிறேனா? இல்லை காவல் நிலையத்திலா? நான் குற்றவாளியா? ஏன் இத்தனை கேள்விகள் கேட்கிறீர்கள்?' என்று சத்தம் போட்டார்.

இந்த அநியாயங்களுக்கு எதிராகப் போராட ஒரு அமைப்பு வேண்டும் என்று நினைத்தார் ஜியாவுதீன். ஸ்வாட் தனியார் பள்ளிகளின் சங்கம் ஒன்றில் சேர்ந்தார். மற்ற பள்ளிகளின் முதல்வர்கள் லஞ்சம் கொடுக்கத் தயாராக இருந்தபோது ஜியாவுதீன் கேட்டார்: 'எதற்காக லஞ்சம்

கொடுக்க வேண்டும்? நாம் பள்ளிக்கூடங்கள் நடத்துகிறோம். விலைமாதர் விடுதி இல்லை. குழந்தைகளுக்குக் கல்வி கொடுக் கிறோம். அரசு அதிகாரிகளுக்கு நீங்கள் அடிமை இல்லை. நமக்கு சேவை செய்யவே அவர்களுக்கு சம்பளம் கொடுக்கப்படுகிறது. நாம்தான் அவர்களது குழந்தைகளுக்கும் கல்வி கொடுக்கிறோம்'. வெகு சீக்கிரத்தில் ஜியாவுதீன் இந்த அமைப்பின் தலைவர் ஆனார். இந்தச் சங்கத்தில் 400 பள்ளி முதல்வர்கள் சேர்ந்தனர். இதற்கு நடுவில் நண்பர்கள் இருவருக்கும் பணப்பற்றாக்குறை. வருமானத்தைப் பெருக்க குழந்தைகளுக்காக சிற்றுண்டிகள் வாங்கி வந்து விற்க லாயினர். ஜியாவுதீன் சோளம் வாங்கிவந்து இரவு கண்விழித்து பாப்கார்ன் செய்து அவற்றை பைகளில் அடைத்து வைப்பார். பள்ளியில் மாணவர்களிடம் விற்க.

ஜியாவுதீனின் பள்ளிக்கூடம் பற்றி மேலே பார்ப்பதற்கு முன் பாகிஸ்தானின் கல்வி நிலையைப் பார்ப்போம். பாகிஸ்தானின் மக்கள்தொகை 200 மில்லியன். அதில் நாலில் ஒரு பங்கு அதாவது 52 மில்லியன் 5 வயதிலிருந்து 16 வயது வரை உள்ள குழந்தைகள். பாகிஸ்தானின் அரசியலமைப்பு எல்லாக் குழந்தைகளுக்கும் கட்டாய, இலவசக் கல்வியைக் கொடுப்பதாக உறுதி கூறினாலும் பள்ளிக்கு வராத குழந்தைகளின் எண்ணிக்கை 25 மில்லியன். இதில் முக்கால்வாசி சிறுமிகள்.

ஆலிப் ஐலான் என்ற பாகிஸ்தானின் கல்வித்துறை முன்னேற்ற அமைப்பின் பிரசாரத் தலைவர் மோஷர்ப் சைதி நியூ யார்க் டைம்ஸ் பத்திரிகையில் இவ்வாறு எழுதுகிறார்: 'பெண் குழந்தைகளின் கல்விக்கான மலாலாவின் முயற்சிகளை நாம் பெரிதும் பாராட்டும் அதே வேளையில் பாகிஸ்தானின் கல்வி முறை மிகவும் பரிதாபத்துக் குரியதாக இருக்கிறது என்பதை உணர வேண்டும். தரமான கல்விக்கான தடைகள் தாலிபன்களின் அடக்குமுறையை விடப் பெரியது. மலாலாவைத் தாக்கிய கயவர்களின் வன்முறைச் செயல்கள், பெண்கள் மீதான வெறுப்பு, தீவிரவாதம் இவையெல்லாம் நமக்கு வெறுப்பை உண்டாக்கினாலும் உண்மையான வில்லன்களைக் கண்டறிவதில் நாம் தயக்கம் காட்டக்கூடாது.

'சுற்றுச்சுவர் இல்லாத, நீர் வசதி இல்லாத, கழிவறை இல்லாத பள்ளி களைக் கட்டியது தாலிபன் இல்லை. குடியாட்சியிலும், ராணுவ ஆட்சியின் போதும் இருந்த லஞ்சத்துக்கு அடிமையாகிப்போன அரசு அதிகாரிகள், வேண்டியவர்களுக்கு ஆதரவு கொடுக்கும் அரசியல் இவற்றால் ஏற்பட்ட நிலை இது. பயிற்சி பெறாத ஆயிரக்கணக்கான ஆசிரியர்களை வேலைக்கு எடுத்தது தாலிபன்கள் இல்லை. அரசியல்

ஆதரவு தேடும் அரசியல் காட்சிகளின் கைவேலை இது. தாலிபன்கள் மலாலாவைச் சுட்டது நிஜம். ஆனால் இது நடப்பதற்கு முன்பே அரசு கல்விமுறையை முறைப்படுத்தத் தவறியதால் ஏற்பட்ட அவலநிலை.'

பாகிஸ்தானுக்குச் சுதந்தரம் கிடைத்ததில் இருந்தே கல்வியின் நிலை இதேதான். 1970 களில் இவை மோசமடையத் தொடங்கின. அதற்குப் பிறகு இறங்குமுகம்தான். வேறுவேறு அரசுகள் வேறுவேறு வகையில் கல்விமுறையைக் குலைத்தன. ஜுல்பிகர் அலி புட்டோ கல்வி முறையை 1970 இன் மத்தியில் அரசுடமையாக்கினார். எல்லா ஆசிரியர் களுக்கும் ஒரே மாதிரியான சம்பளம், பதவிக் காலம் என்று மாற்றினார். ஜெனரல் ஜியா உல்-ஹக் பாடத்திட்டங்களையும், புத்தகங்களையும் 'இஸ்லாமியமயம்' ஆக்கினார். இது நடந்தது 1970-80 களின் இறுதிப்பகுதியில். பெனசிர் புட்டோவும் நவாஸ் ஷெரிஃபும் நிறைய பள்ளிகள் கட்டினார்கள். நிறைய ஆசிரியர்களையும் வேலைக்கு அமர்த்தினர். ஜெனரல் பெர்வேஸ் முஷாரஃப் அப்படியே இவற்றைத் தொடர்ந்தார்.

இதில் வருத்தமான ஒரு விஷயம் என்னவென்றால் ஏதோ ஒரு மாயமந்திரம் போட்டு பாகிஸ்தானின் அத்தனை குழந்தைகளையும், அதாவது 25 மில்லியன் குழந்தைகளையும் நல்ல பள்ளிக்கூடக் கட்டடங்கள் கட்டி, அப்பள்ளிகளுக்கு வரவழைத்துவிட்டாலும் கூட கல்வித் துறையிலுள்ள பிரச்னைகள் தீர வெகு தூரம் கடக்க வேண்டும். இயங்க முடியாத பள்ளிக் கட்டடங்கள், போதுமான தகுதியில்லாத, கல்வி கற்பிக்க ஆர்வம் இல்லாத ஆசிரியர்கள் இவற்றை வைத்துக் கொண்டு கல்வி என்பதை பாகிஸ்தான் நடத்துகிறது. இதுவும் வியப் பில்லை. ஏனெனில் பள்ளிக்கூடக் கட்டடங்கள் கட்டுவதையும், ஆசிரியர்களை வேலைக்கு அமர்த்துவதையும் பாகிஸ்தானிய அரசியல் வாதிகள் தங்களுக்கு பிடித்தவர்களுக்குத் தாங்கள் செய்யும் பேருதவி யாக நினைத்துக் கொள்கிறார்கள். இவர்களது இந்த அரசியல் விளை யாட்டுக்குக் குழந்தைகள் பலியாகிறார்கள்.

பாகிஸ்தானின் கல்விநிலை பற்றி அந்நாட்டின் வருடாந்திர கல்வி அறிக்கை என்ன கூறுகிறது என்று பார்ப்போம்: பத்து வயதுக் குழந்தை களில் பாதிக்கு மேற்பட்டவர்கள் தங்களது தாய் மொழியான உருதுவில் 6 வயது குழந்தைகளுக்குரிய திறமை பெற்றவர்கள்; ஆங்கிலத்தில் இன்னும் குறைவான தேர்ச்சியே பெற்றிருக்கிறார்கள். கணிதத்தில் பத்து வயதுக் குழந்தைகளில் ஐம்பது சதவிகிதத்துக்கும் மேல் 7 வயதுக்குரிய தேர்ச்சியே கொண்டிருக்கிறார்கள்.

பள்ளிக்கு வரும் குழந்தைகளும் பல இன்னல்களுக்கு இடையேதான் வருகிறார்கள். இரண்டில் மூன்று பங்கு குழந்தைகள் வந்து சேரும்

அரசுப் பள்ளிகளின் நிலை பரிதாபத்துக்குரியது. அரசுப் பள்ளிகளின் ஆண்டறிக்கை இப்பள்ளிகளின் நிலைமை பற்றிக் கூறுகிறது. 51% பள்ளிகளில் மின்சாரம் கிடையாது. 36% பள்ளிகளில் குடிநீர் வசதி இல்லை; 42% பள்ளிகளில் கழிவறை கிடையாது. பல முன்னேறிய நாடுகளிலேயே பொதுக்கல்வி என்பது மிகவும் சிரமமான நிலை யிலேயே இருக்கிறது. பாகிஸ்தான் போன்ற நாடுகளில் சிறுவர்களும், சிறுமியரும் பலவிதமான சிரமங்களைத் தாங்கிக்கொண்டுதான் பள்ளிக்கூடத்துக்கு வருகிறார்கள்.

மாறிமாறி வரும் ராணுவ ஆட்சியாளர்களுக்கும், மக்கள் ஆட்சியாளர் களுக்கும் நடுவில் பல விஷயங்களில் கருத்து வேறுபாடு வருகிறது. ஒரேயொரு விஷயத்தில் மட்டும் இரண்டு ஆட்சியாளர்களும் ஒற்றுமை யாக இருக்கிறார்கள் என்றால் அது நாட்டின் பல்லாயிரக்கணக்கான குழந்தைகளுக்கு ஒரு கண்ணியமான கல்வியைக் கொடுக்க மறுப்பதில் என்று சொல்லலாம். பாகிஸ்தான் தலைவர்கள் மலாலாவின் சாதனை யைக் கொண்டாடுவதில் மகிழ்ச்சி அடைகிறார்கள்; தங்களது நாட்டில் கல்வித்துறை பலவிதமான இன்னல்களைச் சந்தித்துவருகிறது என்பதை ஒப்புகொள்ளவும் செய்கிறார்கள். ஆனால் இந்த நிலைமையை மாற்ற எந்தவித முயற்சியோ, திட்டங்களோ செய்வ தில்லை.

மலாலாவுக்குக் கிடைத்த விருதுகள் பாகிஸ்தானின் இளைய தலை முறையின் விதியை மாற்ற ஒரு பொறியையாவது உண்டுபண்ண வேண்டும். ஆனால் நடக்கும் என்று தோன்றவில்லை. இதன் பொருள் பாகிஸ்தானின் குழந்தைகளின் கல்வி என்பது இந்நாட்டின் தலைவர் களின் செயற்பட்டியலில் கடைசியாக இருக்கும் ஒன்று என்பது. பாகிஸ்தானுக்கு இது ஒன்றும் புதிதல்ல!

இந்தச் சூழலை மனதில் வைத்துக்கொண்டே ஜியாவுதீன் வித்தியாச மான ஒரு பள்ளியை உருவாக்கவேண்டும் என்று நினைத்தாரோ என்னவோ? எத்தனை இன்னல்கள் வந்தபோதும் பள்ளிக்கூடத்தைத் தொடர்ந்து நடத்தி வந்தார். 'எங்களுக்கு வந்த அடுக்கடுக்கான கஷ்டங்களை நினைத்து நான் சில சமயங்களில் நொந்து போவேன். மன அழுத்தம் உண்டாகும். ஆனால் ஜியாவுதீன் இன்னல்களின் போதுதான் தன் சக்தி எல்லாம் ஒன்று திரட்டி தைரியமாக நிற்பார்' என்று தன் நண்பரைப் பார்த்து வியக்கிறார் இதயதுல்லா.

ஜியாவுதீனுக்கு பிடிக்காத இன்னொரு விஷயம்: பொய்த்தோற்றப் பள்ளிகள். அரசியல் செல்வாக்கு உள்ளவர்கள் தொலைதூர இடத்தில் தங்கள் பள்ளி அமைந்திருப்பதாகச் சொல்லி அரசாங்கத்திடமிருந்து பணத்தை வாங்கி அந்த இடத்தில் செல்லப் பிராணிகளை வைத்திருப்

பார்கள். சிலர் அந்த இடத்தை தங்களது வரவேற்பு அறையாகப் பயன்படுத்துவார்கள். ஆசிரியராக ஒரு நாள் கூட பாடம் சொல்லிக் கொடுக்காத ஒருவர் ஆசிரியர் ஓய்வூதியம் பெற்றுக் கொண்டிருந்த வரலாறும் உண்டு. ஜியாவுதீனின் அக்கறை சுற்றுச்சூழலைப் பாது காப்பதிலும் இருந்தது. அதற்காக உலக அமைதி மன்றம் ஒன்றை ஆரம்பித்தார். ஜியாவுதீன் இந்த மன்றத்தை ஆரம்பித்தது ஸ்வாட்டின் சுற்றுச்சூழலை பாதுகாக்கவும், அமைதியையும், கல்வியையும் ஸ்வாட் மக்களிடையே பரப்பவும் தான்.

ஜியாவுதீன் ஆரம்பித்த பள்ளி நஷ்டத்தில் ஓடிக்கொண்டிருந்தது. ரொம்பவும் தாங்கமுடியாத கடன் சுமை ஏறியது, ஆசிரியர்களின் சம்பளமும் கொடுக்கப்படவில்லை. தனது மனைவிக்கு என்று வாங்கிக் கொடுத்த தங்க வளையல்களை விற்றார். போதாக்குறைக்கு திடீரென வந்த வெள்ளம் பள்ளிக்கட்டடத்தையும், அவர்கள் தங்கியிருந்த வீட்டையும் காவு கொண்டது. அவர்களது பக்கத்து வீட்டுக்காரர் ஒருவர் அவர்களுக்கு ஓரிரவுக்கு அடைக்கலம் கொடுத்தார். பத்து நாளுக்குள் மறுபடியும் வெள்ளம் வந்தது. அந்தப் பள்ளிக்கூடம் இருப்பது இறைவனுக்கே பொறுக்கவில்லையோ என்று தோன்றியது. ஆனால் ஜியாவுதீன் அத்தனை சீக்கிரம் தனது கனவு நொறுங்கிப் போவதை விரும்பவில்லை. தனது அரசியல் செல்வாக்குள்ள ஒரு நண்பரின் உதவியை நாடினார்.

மலாலா பிறந்தபோது கொஞ்சம் நிலைமை சீரடைய ஆரம்பித்தது. ஐந்து, ஆறு ஆசிரியர்களும், சுமார் நூறு மாணவர்களும் இருந்தனர் அந்த ஆரம்பப்பள்ளியில். ஒவ்வொரு மாணவரும் நூறு ரூபாய் மாதக் கட்டணம் செலுத்தி வந்தனர். ஜியாவுதீன் ஆசிரியர், கணக்கர், முதல்வர் என்று பல்வேறு பொறுப்புகளை வகித்தார். அவரே தினமும் பெருக்கி, கழிவறையைச் சுத்தம் செய்து சுவர்களுக்கு வெள்ளை அடிக்கவும் செய்தார். மெல்ல மெல்ல பணம் சேர ஆரம்பித்தது. ஜியாவுதீன் இரண்டாவது பள்ளியைப் பற்றி சிந்திக்க ஆரம்பித்தார். அதற்கு மலாலா எஜுகேஷன் அகாடமி என்று பெயர் வைக்க எண்ணினார்.

குழந்தை மலாலாவுக்கு அந்தப் பள்ளிதான் விளையாட்டு மைதானம். அவளுக்குப் பேச்சு வருவதற்கு முன்பே அவள் வகுப்புகளுக்குள் நுழைந்து தனது மழலையில் ஆசிரியர் போலப் பேசுவாளாம். மலாலாவின் உலகமே அந்தப் பள்ளிதான். சிறிது காலத்துக்குப் பிறகு இதயதுல்லாவும் தனது சொந்தப்பள்ளியை ஆரம்பிக்க பிரிந்து போனார். ஜியாவுதீனின் பள்ளியிலிருந்த மாணவர்களையே இருவரும் பிரித்துக் கொண்டனர். முதலில் ஆரம்பிக்கப்பட்ட பள்ளியே இரண்டாகப் பிரிந்து இன்னொரு கட்டடத்தில் இருக்கிறது என்று பொதுமக்கள் பேசிக் கொள்ளவேண்டும் என்று நினைத்தனர்.

'நான் பேசும்போது அவ்வப்போது திக்குவேன்' ஜியாவுதீன் தன் மாணவர்களிடம் இப்படிச் சொல்லுவார். திக்குவாய் என்பது ஒரு குறை என்று பலரும் நினைத்திருக்கையில் தனது குறையையே தன் மாணவர்களைத் தன் பக்கம் கவர ஒரு உத்தியாக பயன்படுத்துவார் அவர். 'மாணவர்களிடம் தன்னம்பிக்கை வளர்ப்பது என் முதல் வேலை. என்னைபோல ஒரு திக்கு வாய் மனிதன் தைரியமாக பேசும்போது சரளமாகப் பேசும் உங்களால் ஏன் குரல் கொடுக்க முடியாது? என்று கேட்பார். 'உங்களை நீங்கள் நம்புங்கள். உங்கள் மேல் நம்பிக்கை வையுங்கள் உங்கள் கருத்துகளை, எண்ணங்களை தைரியமாகச் சொல்லுங்கள்' என்று உற்சாகப்படுத்துவார்.

கல்வியும், பெண்களின் உரிமையுமே ஜியாவுதீனின் முழுமுதல் கவனத்தை ஈர்க்கிறது. 'கேர்ல் அப்' என்ற அமைப்புக்காகப் பேசும்போது பார்வையாளர்களிடம் சொன்னார்: உங்கள் குடும்பத்தில் மாற்றத்தை ஏற்படுத்த விரும்பினால், உங்கள் நாட்டில் ஒரு மாற்றத்தைக் கொண்டுவர விரும்பினால் உங்கள் மகள், சகோதரி இவர்களின் இறக்கைகளை வெட்டாதீர்கள். அவர்களை சுதந்தரமாக இருக்க விடுங்கள்'.

'என்னுடைய வாழ்க்கையில் நான் சாதித்தது எல்லாமே கல்வியால் வந்ததுதான். கல்வி எனக்கு அதிகாரத்தை, சக்தியைக் கொடுத்திருக் கிறது. நேர்மறையான எண்ணங்கள் சமுதாயத்தில், அரசியலில், ஆரோக்கியமான கண்ணோட்டங்களுடன் உருவாக வேண்டு மென்றால் கல்வி ஒன்றே வழி. இந்த மாற்றங்கள் நிலையானவை. இதற்கு நாம் ரத்தம் சிந்த வேண்டிய அவசியம் இல்லை'.

உலகம்முழுவதும் ஆசிரியர் தினம் கொண்டாடப்படுகிறது. 2014 ஆம் வருட ஆசிரியர் தினத்தன்று ஜியாவுதீன் தனது கருத்துகளை ஒரு நேர்முகப் பேட்டியில் பகிர்ந்து கொண்டார்.

'நான் ஆசிரியர்கள் குடும்பத்திலிருந்து வந்தவன். என் அப்பா மதகுரு வாகவும் பள்ளி ஆசிரியராகவும் இருந்தார். அவருக்கு நான் மருத்து வராக வேண்டும் என்று ஆசை. ஆனால் எனக்கு ஆசிரியர் ஆவது இயற்கையாகவும், வசதியாகவும் இருந்தது. சிறுவயதிலிருந்தே கற்பிப்பதில் ஒரு ஆர்வம் இருந்தது. எட்டாம் வகுப்பிலிருந்தபோது ஆசிரியராக இருந்த எனது அண்ணாவுக்கு உதவ நான் மிக உயரமான மலை ஏறிச் சென்றிருக்கிறேன். எனக்கு வாய்ப்பு கிடைக்கும்போதெல் லாம் சொல்லிக்கொடுக்க தன்னார்வத்துடன் முன்வருவேன்.

'பெண்களையும் சிறுமிகளையும் நீங்கள் கௌரவமான மனித இனத்தைச் சேர்ந்தவர்கள் என்று நம்பினால் அவர்களது கல்வியையும் நீங்கள் நிச்சயம் நம்புவீர்கள். கண்ணியமான வாழ்வுக்குக் கல்வி ஒன்றே சரியான பாதை.

‘உலகின் தெற்குப் பகுதியிலிருக்கும் வளரும் நாடுகளில் உள்ள பெண் களுக்குக் கல்வி என்பது படிக்கத் தெரிந்தவள் என்ற பட்டத்தையும், வேலைக்குச் சென்று சம்பாதிக்கும் திறமையையும் கொடுக்கும் கருவி அல்ல. இவற்றைத் தாண்டியது. இது ஒரு விடுதலை உணர்வு. பெண் களின் காலில் ஆண்டாண்டு காலமாகக் கட்டப்பட்டிருந்த தளைகளி லிருந்து விடுதலை கொடுக்கும் கல்வி. கல்வியறிவு பெண்களுக்கு வலுவூட்டும். அவர்களைச் சுதந்தரமாக்கும்.

‘சமுதாயத்தின், ஒரு நாட்டின் அங்கமாக இருக்க விரும்பும் ஒவ்வொரு தனிமனிதனுக்கும் கல்வி அவசியமானது. மனித வளர்ச்சிக்குக் கல்வி அடிப்படையானது. ஏழை, எளியவர்களைக் கல்வி செல்வந்தர்கள் ஆக்கும். சமூகரீதியாகவும் பொருளாதார ரீதியாகவும். ஏழை நாடு களைச் செல்வச் செழிப்பாக்கும் கல்வி. எப்படி அடுத்தவர்களுடன் சேர்ந்து ஒற்றுமையுடன் வாழ்வது, இயற்கையுடன் ஒன்றி எப்படி வாழ்வது என்பதையெல்லாம் கல்வியால்தான் சொல்லிக்கொடுக்க முடியும். நமது பல நூற்றாண்டு மனித இனத்தின் கலாசாரம், நாகரிகம் ஆகியவற்றைக் காப்பாற்றுவதில் நமக்கு உண்மையான அக்கறை இருக்குமானால், ஒவ்வொரு குழந்தைக்கும் தரமான கல்வியைக் கொடுக்க நாம் உறுதி பூணவேண்டும்.

‘ஒரு ஆசிரியருக்கு கட்டாயம் இருக்கவேண்டிய முக்கியத் தகுதியாக நான் நினைப்பது தனது மாணவர்களைக் கவர்ந்திழுக்கக்கூடிய ஆற்றலும் ஆர்வமும்தான். மாணவர்களின் மனத்தில் கற்பதற்கு வேண்டிய ஆர்வத்தை விதைத்துவிட்டால் அவர் மிகச் சிறந்த ஆசிரிய ராகக் கருத்தப்படுவார். இந்த குணத்துக்கு இன்றியமையாத தேவை மாணவர்களுக்கும் ஆசிரியர்களுக்கும் இடையே மலர வேண்டிய ஒரு மனிதத் தொடர்பு. இந்த மனிதத் தொடர்பைத் தொழில்நுட்பத்தாலோ, கணினியாலோ ஏற்படுத்த முடியாது. கிழக்கிலும் மேற்கிலும் இருக்கும் ஆசிரியர்களுக்கும் இந்தக் குணம் தேவை. வளர்ந்த நாடு களில் எல்லா வசதிகளுடனும் இருக்கும் மாணவர்களுக்கும், எந்த வசதியும் இல்லாத வளரும் நாடுகளில் இருக்கும் மாணவர்களுக்கும் கூட இந்தத் தொடர்பு அவசியம்’.

பாகிஸ்தானுக்கு மலாலா போல இன்னும் நிறைய சிறுமிகள் தேவை. தாலிபன்களுக்குப் பயப்படாமல் பல சிறுமிகள் பள்ளி சென்று வரு கிறார்கள். பணம் இல்லாத நிலையிலும் மைல் கணக்கில் நடந்து பள்ளிக்குப் போகும் சிறுவர்கள் இங்கு உள்ளனர். சிந்து பாலைவனத்தில் கொளுத்தும் வெயிலைத் தாங்கிக்கொண்டு நடப்பவர்கள் இருக் கிறார்கள். பாகிஸ்தானில் மலாலாக்கள் உள்ளனர். பாகிஸ்தானுக்கு வேண்டியதெல்லாம் ஜியாவுதீன் போன்ற ஆண்கள். ஜியாவுதீன் இல்லாமல் மலாலாக்கள் உருவாவது கடினம்.

6. தாலிபனால் சுடப்படும் மலாலா

2012 ஆம் ஆண்டு அக்டோபர் 9 ஆம் நாள் செவ்வாய் கிழமை. மலாலா வாழும் மிங்கோராவில் அந்தக் காலைப்பொழுது எப்போதும் போலத்தான் தொடங்கியது. பரீட்சை சமய மாதலால் எட்டு மணிக்குத் தொடங்க வேண்டிய பள்ளிக் கூடம் 9 மணிக்குத் தொடங்கியது. 15 வயதுச் சிறுமி மலாலா அவளது தந்தை ஆரம்பித்திருந்த குஷால் பள்ளியில் 9 ஆம் வகுப்பில் படித்துக் கொண்டிருந்தாள். அந்தப் பள்ளி அவர்கள் வீட்டிலிருந்து அத்தனை தூரமில்லை. ஆனாலும் மற்ற சிறுமிகளுடன் ரிக்ஷாவில் போய்விட்டு பள்ளிச் சிற்றூந்தில் திரும்பிக் கொண்டிருந்தாள். தாலிபன்களிடமிருந்து அவர்கள் குடும்பத்துக்குக் குறிப்பாக அவளுக்கும் அவள் தந்தைக்கும் அச்சுறுத்தல்கள் வந்தவண்ணமிருந்தன. அதனால் மற்ற சிறுமிகளுடன் போய்விட்டு வர ஏற்பாடு செய்திருந்தனர்.

அந்தச் சிற்றூந்தில் இருபது சிறுமிகள், மூன்று ஆசிரியர்கள் நெருக்கமாக அமர்ந்திருந்தனர். மலாலா தனது தோழி மோனிபாவுக்கும் ஷாஜியா ரம்ஜானுக்கும் இடையில் அமர்ந்திருந்தாள். வாகனம் சிறிது தூரம் சென்ற பின் நிறுத்தப் பட்டது. துப்பாக்கி ஏந்திய ஒருவர் வண்டியின் உள்ளே வந்து 'யார் மலாலா?' என்று கேட்டார். யாரும் பதில் சொல்ல வில்லை. தீவிரவாதி அவர்களைப் பார்த்து மலாலாவை அடையாளம் காட்டவில்லை என்றால் எல்லோரையும் சுட்டுத்தள்ளிவிடுவதாக பயமுறுத்தினார். அப்படியும் யாரும் மலாலாவை அடையாளம் காட்ட முன் வரவில்லை. ஆனால் எல்லோரது கண்களும் முகத்தை மறைக்காமல் உட்கார்ந் திருந்த மலாலாவைப் பார்த்தன. அடுத்த நொடி மூன்று

குண்டுகள் ஒன்றன்பின் ஒன்றாக முகத்தை மூடிக்கொண்டிராத மலாலாவின் மேல் பாய்ந்தன. முதல் குண்டு மலாலாவின் இடது கண் அருகில் பாய்ந்து இடது தோளின் வழியே சென்றது. மலாலா தனது தோழி மோனிபாவின் மேல் அப்படியே சரிந்தாள். அடுத்த இரண்டு குண்டுகளும் அவள் பக்கத்தில் உட்கார்ந்திருந்த பெண்களைத் தாக்கியது. ஒரு குண்டு ஷாசியாவின் இடது கையில் பாய்ந்தது. மூன்றாவது ஷாசியாவின் இடது தோள் வழியாகப் பாய்ந்து பக்கத்தில் உட்கார்ந்திருந்த கைனட் ரசியாவின் வலது மேல் கையைத் தாக்கியது.

மலாலாவின் தலையிலிருந்து ரத்தம் ஆறாகப் பெருகியது. சிற்றூந்தின் ஓட்டுனர் தன்னால் முடிந்த அளவுக்கு வேகமாக வண்டியை ஸ்வாட் மத்திய மருத்துவமனைக்கு ஓட்டிச் சென்றார். அங்கு ஒரு சிடி ஸ்கேன் எடுக்கப்பட்டது. ஒரு குண்டு அவளது நெற்றியின் உள்ளே பாய்ந் திருந்தது. ஆனால் மூளையைப் பாதிக்கவில்லை. அவளது தலைக் காயம் சுத்தப்படுத்தப்பட்டு கட்டு போடப்பட்டது. சிறிது நேரத்தில் கைபர் பங்க்டுன்க்வாவின் முதலமைச்சர் தொலைபேசினார். மலாலாவை பெஷாவருக்கு சிகிச்சைக்காக அனுப்பிவைப்பதாகக் கூறினார். ஒரு ஹெலிகாப்டர் மூலம் மலாலாவை பெஷாவரிலுள்ள கம்பைன்ட் மிலிடரி மருத்துவமனைக்கு அழைத்துச் சென்றனர். அங்கு அவசர சிகிச்சைப் பிரிவில் அனுமதிக்கப்பட்டாள் மலாலா. அங்கு இன்னொரு சிடி ஸ்கேன் எடுக்கப்பட்டது. மூளைக்கு வெகு அருகே ஒரு குண்டு பாய்ந்திருப்பது தெரியவந்தது. ஆனால் மலாலா இருக்கும் நிலையில் அறுவை சிகிச்சை செய்வது இயலாதது என்று நரம்பியல் அறுவை சிகிச்சை நிபுணர் கர்னல் ஜுனாயிட் கான்கூறினார்.

முதலில் அவள் சுயநினைவுடன் இருந்தாலும் அமைதி இல்லாமல் கைகால்களை எல்லாம் அசைத்தபடி இருந்ததால் குண்டு அவளது இடது புருவத்தின் அருகே பாய்ந்து அங்கிருந்து அவள் கழுத்துக்குப் போய் அங்கிருந்து அவளது பின்புறத்தை அடைந்திருந்தது. தலையில் கடுமையான அடிபட்டிருந்ததால் கவனிப்புப் பிரிவில் மலாலா இருந்தாள். நான்கு மணி நேரம் கழிந்தது. அவளது நிலை கொஞ்சம் கொஞ்சமாக சீர்குலைய ஆரம்பித்தது. அவளது மூளை அபாயகரமாக வீங்க ஆரம்பித்திருந்தது. இந்தப் பகுதிகளில் அறுவை சிகிச்சை ரொம்பவும் ஆபத்தானது. ஆனால் அவள் உயிர் பிழைக்க நிச்சயம் செய்தே ஆகவேண்டிய நிலை. ஆபரேஷன் நடந்தது.

மலாலாவின் பெற்றோர்கள் அறுவை சிகிச்சை அறைக்கு வெளியே உட்கார்ந்து பிரார்த்திக்க ஆரம்பித்தனர். ஜியாவுதீன் கடவுளுடன் பேச ஆரம்பித்தார். பண்டமாற்று போல கடவுளிடம் அவர் சொல்லிக் கொண்டிருந்தார்: 'கடவுளே மலாலாவை நன்றாக குணமடைய வை. அவளுக்காக நான் சஹாரா பாலைவனத்தில் வேண்டுமானாலும் வாழத்

தயார். அவள் கண்களைத் திறக்கட்டும். என்னால் அவள் இல்லாமல் வாழ முடியாது. என் வாழ்நாள் முழுவதையும் அவளுக்குக் கொடுக்கத் தயார். நான் வாழ்ந்தது போதும். அவளுக்கு காயம் ஏற்பட்டிருந்தாலும் அவள் உயிர் பிழைக்கட்டும்'. மலாலாவின் தாய் கூறினார்: 'கடவுள் கஞ்சர் அல்ல; நிச்சயம் என் மகளை உள்ளபடியே எனக்குத் திருப்பிக் கொடுப்பார்'. கையில் புனித குரானை ஏந்தியபடி, சுவற்றைப் பார்த்து நின்றுகொண்டு பிரார்த்தனை செய்தபடியே இருந்தார்.

மருத்துவர் கர்னல் கான் மலாலாவின் மண்டை ஓட்டின் இடது மேல்புறத்திலிருந்து எட்டு-பத்து சென்டிமீட்டர் அளவுள்ள சதுரத்தை அகற்றினார். அதனை மலாலாவின் வயிற்றுக்குள் வைத்து பத்திரப் படுத்தினார் - பின்னாளில் தேவைப்படும்போது எடுத்து பயன்படுத் தலாம் என்று. பிறகு மூச்சுக்குழலில் - மூளையில் ஏற்பட்ட வீக்கம் மூச்சு விடுவதைத் தடை செய்யும் என்பதால் ஒரு அறுவை சிகிச்சை செய்தார். மூளையில் ஏற்பட்டிருந்த ரத்தக் கட்டிகளையும், இடது தோள்பட்டை யிலிருந்த குண்டையும் அகற்றினார். பிறகு மலாலாவைச் செயற்கை முறையில் இயங்க வைக்கும் சாதனத்தில் இணைத்தார். அடுத்த நாள் காலையில் மலாலாவுக்கு நினைவு வந்தது. ஆனால் அவளுக்கு நினைவு வருவது மூளையின் அழுத்தத்தை அதிகரிக்கும் என்பதால் நினைவை இழக்கச் செய்து தூண்டப்பட்ட கோமா நிலையில் வைத்தனர்.

அதே சமயம் ராவல்பிண்டியிலிருந்து இரண்டு பிரிட்டிஷ் மருத்துவர்கள் வந்து மலாலாவைப் பார்த்தனர். மருத்துவ மனையிலிருந்த வசதிகள் போதவில்லை. கவனிப்பும் சுமாராகவே இருந்தது. இவை தவிர மலாலா தொற்றுநோய்க்கு ஆளாகியிருந்தாள். அவளது ரத்த அழுத்தம் மிகவும் குறைந்திருந்தது. ரத்தத்தில் அமிலத்தின் அளவு அதிகரித்திருந்தது. ரத்தம் உறையவில்லை. சிறுநீர் கழிக்க வில்லை. உடனடியாக அவளை ராவல்பிண்டியிலுள்ள ராணுவ மருத்துவ மனைக்கு அழைத்துச் செல்ல வேண்டும் என்று இங்கிலாந்து மருத்துவர் ஃபியானா கூறினார். ராவல்பிண்டி மருத்துவமனை தீவிர கண்காணிப்பு அறையில் மலாலா வைக்கப்பட்டுக் கண்காணிக்கப் பட்டாள். மூன்று மணிநேரப் போராட்டத்துக்குப் பிறகு அவளது நிலை கொஞ்சம் சீராகத் தொடங்கியது.

மலாலாவின் உடல்நிலை தேறிவந்தாலும் அறுவை சிகிச்சைக்குப் பிறகு அவளுக்குப் பேசுவதில் குறை இருக்கும் என்றும், வலது கை, வலது கால் மிகவும் பலவீனமாக இருக்கும் என்றும் கூறினார் மருத்துவர் ஃபியானா. இவற்றைச் சரி செய்ய அவளை வெளி நாட்டிலுள்ள முதல் தரமான மருத்துவமனைக்கு அழைத்துச் செல்வது நல்லது என்றும் அறிவுரை சொன்னார். எலிசபெத் மகாராணி மருத்துவமனைக்கு அழைத்துச் செல்லலாம் என்று தீர்மானிக்கப்

பட்டது. ஆனால் பாகிஸ்தானைச் சேர்ந்த ஒரு வயதுக்கு வராத இளம் பெண்ணை இங்கிலாந்துக்குக் கூட்டிப் போவது அத்தனை சுலபமான காரியமாக இல்லை. எந்த விமான சேவைமூலம் மலாலாவை பாகிஸ்தானுக்கு வெளியே கூட்டிப்போவது? இங்கிலாந்து ராணுவம் தனது சேவையைத் தரத் தயாராக இருந்தபோதும், பாகிஸ்தானின் ஜெனரல் கயானி மறுத்தார். ஏற்கெனவே மலாலாவை அமெரிக்காவின் உளவுக்காரி என்று பொதுமக்கள் பேசி வரும் வேளையில் இந்த ஏற்பாடு அவருக்குப் பிடிக்கவில்லை. கடைசியில் ஐக்கிய அரபுக் குடியரசின் விமானம் தனது சேவையை அளிக்க முன்வந்தது. அவர்களது மருத்துவமனை வசதியுடன் கூடிய தனியார் விமானம், மலாலாவைச் சுமந்து கொண்டு பாகிஸ்தானை விட்டுக் கிளம்பியது. இது நடந்தது அக்டோபர் மாதம் 15 ஆம் தேதி.

பாஸ்போர்ட் தயாராக இல்லாததால் மலாலாவின் பெற்றோர்களால் அவளுடன் கூடப் போகமுடியவில்லை. மருத்துவர் ஃபியானாவை அவளுக்குப் பாதுகாப்பாளராக நியமித்து அவருடன் அவளை ஹெலிகாப்டரில் அனுப்பிவைத்தனர். மலாலாவின் நிலை பற்றி அவர்களுக்கு அவ்வப்போது செய்திகள் கிடைத்துக் கொண்டிருந்தன. அவர்களை வந்து பார்த்தவர்கள் பலரும் பலவிதமான செய்திகளை சொல்லிக்கொண்டிருந்தனர்.

வந்து பார்த்தவர்களில் மிகவும் முக்கியமான ஒருவர் ஸ்வாட்டின் ராணுவ நடவடிக்கைகளின் தலைவர் மேஜர் ஜெனரல் குலாம் க்வாமர். மலாலாவின் தந்தையிடம் அவர் கூறினார்: 'இங்கிலாந்திலிருந்து நல்ல செய்தி வந்திருக்கிறது. நம் மகள் உயிர் பிழைத்துவிட்டாள் என்ற செய்தி மகிழ்ச்சியைக் கொடுக்கிறது' என்று. பாகிஸ்தானின் மகளாக மலாலா ஒப்புக்கொள்ளப்பட்டிருக்கிறாள் என்பது மலாலாவின் பெற்றோர் களுக்குப் புரிந்தது.

அதற்குப் பிறகு ஜெனரல் சொன்னதுதான் ஜியாவுதீனின் கோபத்தைத் தூண்டியது. பாகிஸ்தான் ராணுவம் மிங்கோராவில் வீடுவீடாகச் சென்று தாலிபன்களைத் தேடி வருவதாகவும் 22 பேர்கள் கொண்ட தாலிபன் குழுவினரில் ஒருவன்தான் மலாலாவை தாக்கியிருக்கிறான் என்றும், அவர்களே ஜியாவுதீனின் நண்பர் ஜாஹித் கானை இரண்டு மாதங்களுக்கு முன் சுட்டது என்றும் கூறினார்கள். பாகிஸ்தான் ராணுவம் மிங்கோராவில் தாலிபன்களே இல்லை என்றும் எல்லோரையும் வெளியேற்றிவிட்டதாகவும் பல வருடங்களாகச் சொல்லி வருகிறது. இப்போது ஜெனெரல் 22 பேர் இங்கிருப்பதாகச் சொல்கிறார். ஜாஹித் கான் குடும்பச் சண்டையில் சுடப்பட்டார் என்றும் தாலிபன் அவரைக் கொல்லவில்லை என்றும் ராணுவம்

திட்டவட்டமாகக் கூறியிருந்தது. ஆனால் தற்போது அவரைச் சுட்டவர்களே மலாலா மீதும் தாக்குதலை நடத்தியிருக்கிறார்கள் என்று சொல்கிறார்கள். 'ஸ்வாட்டில் தாலிபன்கள் இருப்பது உங்களுக்குத் தெரியும். அவர்கள் என் மகளைக் கொல்ல விரும்பியதும் உங்களுக்குத் தெரியும். ஆனாலும் உங்களால் அவர்களைத் தடுத்து நிறுத்த முடியவில்லை. ஏன்?' என்று ஜெனரலைக் கேட்க நினைத்தார் ஜியாவுதீன். ஆனால் இந்தக் கேள்வியினால் பலன் ஏதுமில்லை என்று அவருக்கு தெரிந்திருந்ததால் கோபத்தைக் கட்டுப்படுத்திக்கொண்டார்.

பிர்மிங்காமில் மலாலா அறுவை சிகிச்சைக்குப் பிறகு தேறி வர ஆரம்பித்தாள். கழுத்தில் ஒரு குழாய் சொருகப்பட்டிருந்ததால் அவளால் சரியாகப் பேச முடியவில்லை. தனது பிங்க் நாட்குறிப்புப் புத்தகத்தில் 'கண்ணாடி' என்று எழுதிக் காண்பித்தாள். செவிலி ஒரு வெள்ளைக் கலர் கண்ணாடி கொண்டுவந்து கொடுத்தார். தன் முகத்தைக் கண்ணாடியில் பார்த்த மலாலா நிலைகுலைந்து போனாள். அவளுடைய நீண்ட கூந்தலைக் காணோம். இடது பக்கத் தலை நன்றாக மொட்டை அடிக்கப்பட்டிருந்தது. அவளது முகம் ஒரு பக்கமாக யாரோ கீழே பிடித்து இழுத்தது போல இருந்தது. இடது கண்ணின் பக்கவாட்டில் ஒரு தழும்பு இருந்தது.

பத்து நாள்களுக்குப் பின் மலாலாவின் பெற்றோர்கள் இங்கிலாந்துக்கு வந்தனர். அவர்கள் வந்து சேர்வதற்கு முன் மருத்துவர் ஜாவித் அவர்களிடம், 'நீங்கள் இப்போது பார்க்கும் உங்கள் மகள் பத்து சதவீதம் குணமடைந்திருக்கிறாள். இன்னும் தொண்ணூறு சதவிகிதம் அவள் சரியாக வேண்டும்' என்று எச்சரிக்கை விடுத்தார். மலாலாவின் இடது பக்க முகத்தில் இன்னும் உணர்ச்சிகள் திரும்பியிருக்கவில்லை. அவளால் சிரிக்க முடியவில்லை இடது கண் வீங்கியிருந்தது. அவளது இடது காது கேட்கவில்லை.அவளது பாதிக்கூந்தல் காணாமல் போயிருந்தது.பளிச்சென்ற விளக்குகள் அவளுக்கு கடும் தலைவலியை உண்டுபண்ணின.

மலாலா சிரிக்க முயலும்போது அவள் முகம் கோணிக்கொண்டு போயிற்று. அப்போதெல்லாம் அவள் தாயின் முகம் வேதனையில் வாடும். ஜியாவுதீன் வேதனையுடன்சொன்னார்: 'எனது மகளின் அழகான பளிச்சிடும் முகம் போய்விட்டது. அவளது சிரிப்பு தொலைந்துவிட்டது. தாலிபன்கள் மிகவும் குரூரமானவர்கள். அவளது அழகிய புன்னகையைப் பறித்துவிட்டார்கள். கண் இல்லாதவர்களுக்குக் கண் கொடுக்கலாம். ஆனால் ஒருவரின் புன்னகையைத் திருப்பித் தர முடியாது'.

பாகிஸ்தானின் உள்நாட்டு அமைச்சர் ரெஹ்மான் மாலிக் ஒரு விஷயத்தைச் சொன்னார். மலாலாவைச் சுட்ட தாலிபனின் பெயர் அடஉல்லா கான். அவனைப் பிடித்துக் கொடுப்பவர்களுக்கு ஒரு மில்லியன் டாலர் பரிசளிப்பதாக அரசு அறிவித்திருப்பதாகக் கூறினார். பெனசிர் புட்டோவைக் கொன்றவனை, ஜெனரல் ஜியாவின் விமான விபத்துக்குப் பின்னால் இருப்பவர்களை, பாகிஸ்தானின் முதல் பிரதம மந்திரி லியாகத் அலிகானைக் கொன்றவர்களை இன்னும் பிடிக்காத நிலையில் இந்தத் தாலிப்பை பிடிப்பதும் சந்தேகமே என்று மலாலாவின் தந்தை நினைத்தார். ஆனால் அடஉல்லா கானைச் சிறைப்பிடிப்பதற்கு பதில், பாவம் மலாலாவின் பள்ளிச் சிற்றுந்தை ஓட்டிவந்த உஸ்மான் பாய் ஜானையும், பள்ளியின் கணக்கரையும் கைது செய்திருந்தார்கள். கணக்கர் சில நாள்களிலேயே வெளியே வந்தார். ஆனால் உஸ்மான் பாய் தாலிபன்களை அடையாளம் காட்டத் தேவைப்படுவார் என்று சொல்லி சிறையில் வைத்திருந்தார்கள்.

நவம்பர் மாதம் 11 ஆம் தேதி மலாலாவின் முகத்தின் இடது பக்கத்தைச் சீராக்க ஒரு அறுவை சிகிச்சை செய்யப்பட்டது. அறுவை சிகிச்சை வெற்றிகரமாக முடிந்தது. ஆனால் மலாலாவின் இடது பக்க முகம் இயங்க மூன்று மாதங்கள் காத்திருக்க வேண்டியதாயிற்று. முக தசைகள் இயங்க பல பயிற்சிகள் கொடுக்கப்பட்டன. ஆறு மாதங்களுக்குப் பிறகு முகத்திலுள்ள நரம்பு இயங்க ஆரம்பிக்கும். ஆனாலும் பழையபடி இருக்காது என்று அறுவை சிகிச்சை செய்த மருத்துவர் ரிச்சர்ட் இர்விங் கூறினார். மெல்ல மெல்ல அவளது தலைவலியும் குறைய ஆரம்பித்தது. நன்றாகப் படிக்கவும் முடிந்தது.

அவளது கால்களும் கைகளும் நல்ல நிலையில் இயங்க மருத்துவ மனையிலிருந்த உடற்பயிற்சி நிலையத்திலும், உடற்பயிற்சியாளர் களுடனும் மலாலா கடுமையாக உழைத்தாள். அந்தக் கடும் உழைப்புக்குப் பரிசாக டிசம்பர் மாதம் 6 ஆம் தேதி மலாலா முதன் முறையாக வெளியுலகைப் பார்க்க அனுமதிக்கப்பட்டாள். அடுத்த இரண்டு நாள்களில் பாகிஸ்தானின் ஜனாதிபதி ஜர்தாரி இங்கிலாந்துக்கு வந்து மலாலாவைப் பார்த்தார். அவளது சிகிச்சைக்கான செலவை பாகிஸ்தான் அரசாங்கம் ஏற்கும் என்றார். ஜியாவுதீனுக்குக் கல்வித் தூதராக ஒரு பதவி கொடுக்குமாறு தூதரிடத்தில் கேட்டுக்கொண்டார். ஊடகங்களில் மலாலாவைப் பற்றிப் பேசும்போது 'அவள் ஒரு குறிப்பிடத்தக்கப் பெண்; என்றென்றும் பாகிஸ்தானின் நன்மதிப்பு' என்றும் கூறினார்.

2013 ஆம் ஆண்டு ஜனவரி மாத ஆரம்பத்தில் மலாலா மருத்துவ மனையிலிருந்து வீடு திரும்பினாள். எல்லாவிதமான சோதனைகளும்

முடிந்து மலாலா தனது பெற்றோருடனும், தம்பிகளுடன் பிர்மிங்காமில் ஓர் அடுக்குமாடிக் கட்டடத்தில் புதிய வாழ்க்கையைத் தொடங்கினாள்.

ஆனாலும் அவளுக்கு இன்னும் சில அறுவை சிகிச்சைகள் தேவைப் பட்டன. பிப்ரவரி மாதம் 2 ஆம் தேதி அவளது மண்டையோடு டைட்டேனியம் தகடால் மூடப்பட்டது. முன்னர் அகற்றப்பட்டு அவளது வயிற்றில் பாதுகாத்து வைக்கப்பட்டிருந்த மண்டையோட்டின் ஒரு பகுதி தேவையில்லை என்று கருதப்பட்டதால் இந்த டைட்டேனியம் தகடு பொருத்தப்பட்டது. இடது காதில் ஏற்பட்ட செவிப்பறை பழுதும் சரி செய்யப்பட்டது. அவளது தலையில் ஒரு உள்வைப்பு - ஒரு சிறிய மின்னணு சாதனம் - பொருத்தப்பட்டது. ஒரு மாதம் கழித்து தலைக்கு வெளியே அந்தச் சாதனத்தின் வெளி அமைப்பையும் (உள்வாங்கி) பொருத்திவிட்டால் காது கேட்கும் என்று சொன்னார் மருத்துவர். அதேபோல சில வாரங்கள் கழித்து வெளி அமைப்புப் பொருத்தப்பட்டவுடன் முதல் முறையாக இடது காதில் சத்தம் கேட்க ஆரம்பித்தது. முதலில் ஒரு இயந்திரம் போல ஒலி வந்தாலும் நாளுக்கு நாள் முன்னேற்றம் தெரிந்தது.

7. மலாலா சுடப்பட்டது ஏன்?

பாகிஸ்தானின் சுவிட்சர்லாந்து என்றழைக்கப்படும் ஸ்வாட் பள்ளத்தாக்கில் இருக்கும் ஆண்கள் ஏன் ஒரு பள்ளிச் சிறுமியைக் கொல்லவேண்டும்? இந்தப் பெண் செய்த பாவம் என்ன? மலாலா சொன்ன, எழுதிய, செய்த எந்தச் செயல் தாலிபனின் தலைவர் பஸ்லுல்லாவின் கோபத்தைத் தூண்டி அவளைக் கொல்லவேண்டும் என்று தீர்மானிக்க வைத்தது? இதோ மலாலாவின் தவறுகளை பஸ்லுல்லா பட்டியலிடு கிறார்:

- தாலிபனின் சட்டதிட்டங்களை ஒப்புக்கொள்ள மறுத்தது. சிறுமிகள் பள்ளி செல்வதை ஊக்குவித்தது.
- தாலிபனுக்கு எதிராக பிபிசியில் 2009 ஆம் ஆண்டு எழுதியது.
- தாலிபனின் ஆக்கிரமிப்பிலிருந்து கல்வி மட்டுமே பெண்களை விடுவிக்கும் என்று 2010 இல் ஊடகங்களில் சொன்னது.
- புர்கா அணிவது போன்ற இஸ்லாமியப் பழக்க வழக்கங் களை அல்லா கடைப்பிடிக்கச் சொல்லவில்லை. அது தாலிபனால் திணிக்கப்பட்டது. கலாசார விதிமுறைகளை மாற்ற பெண்களுக்கு உரிமை உண்டு என்று சொன்னது.

இந்தக் காரணங்களாலேயே பஸ்லுல்லா மலாலாவைக் கொல்ல முடிவுசெய்தார். அவரது ஆட்கள் உள்ளூர் வானொலியில் மலாலா பள்ளிக்கூடம் சென்றால் கொல்லப் படுவாள் என்று அறிவிப்பு செய்தனர். அதுமட்டுமல்ல; மலாலாவை அமெரிக்கா மற்றும் இஸ்ரேலின் பிரதிநிதி யாகவும் உருவகப்படுத்தி பிரசாரம் மேற்கொண்டனர்.

தாலிபன்களின் தாக்குதலிலிருந்து தெய்வாதீனமாக மலாலா பிழைத்து எழுந்தபிறகு அவளது 16வது பிறந்த நாள் அன்று ஐக்கிய நாடுகள் சபையில் மலாலா பேசும்போது சொன்னாள்: 'தீவிரவாதிகள் அல்லாவை ஒரு சிறு மனம் கொண்ட பழமைவாதியாக நினைக் கிறார்கள். இந்தப் பழமைவாதி சிறுமிகள் பள்ளிக்குச் சென்றால் அவர்களை நரகத்துக்கு அனுப்புவார் என்று சொல்லுகிறார்கள். தங்களது சொந்த நன்மைக்காக இஸ்லாம் பெயரை பயன்படுத்து கிறார்கள்'. ஆனால் இந்தத் தீவிரவாதிகளைக் குண்டு எறிந்து கொல்வதனால் பிரச்னை தீராது. தீவிரவாதம் இன்னும் அதிகமாகும். அப்படியானால் இந்தப் பிரச்சனைக்குத் தீர்வு என்ன? கல்வி! இதை மலாலா கண்டுபிடிக்கவில்லை. ஆனால் அதன் முக்கியத்துவத்தை தனது பிபிசி வலைப்பதிவு மூலம் நினைவூட்டினாள்.

ஜூலை 12, 2013 அன்று மலாலா ஐக்கிய நாடுகள் சபையில் நிகழ்த்திய உரைக்கு மறுமொழி சொல்லும் வகையில் மலாலாவுக்கு ஒரு திறந்த கடிதத்தை தாலிபனின் உயர் அதிகாரி அட்னன் ரஷீத் எழுதினார்.

குமாரி மலாலா யூசுப்சை,

இது நான் எனது சொந்த விருப்பத்தில் எழுதும் கடிதம். இது தாலிபனின் கருத்தோ அல்லது கொள்கையோ அல்லது மற்ற ஜிகாதி குழுக்களின் கருத்தோ இல்லை. நான் உன்னிடம் பேசுவது சகோதர னாகத்தான். ஏனெனில் நாம் இருவருமே யூசுப்சை குடும்பத்தைச் சேர்ந்தவர்கள். நான் பன்னு சிறையில் இருந்தபோதுதான் உன்னைப் பற்றி பிபிசி உருது சேவை மூலம் முதன்முதலாகக் கேள்விப்பட்டேன் - அப்போது உனக்குக் கடிதம் எழுத நினைத்தேன். தாலிபன்களுக்கு எதிரான செயல்களில் ஈடுபட வேண்டாம் என்று உன்னை எச்சரிக்க நினைத்தேன். அப்போது எனக்கு உன் விலாசம் கிடைக்கவில்லை. உன்னை எப்படி அணுகுவது என்னுடைய நிஜப்பெயரிலா, புனைப் பெயரிலா என்று யோசித்துக் கொண்டிருந்தேன். இதற்கிடையில் நான் சிறையிலிருந்து தப்பிவிட்டேன். நான் மறைவில் இருக்க வேண்டிய தாயிற்று. உன் மேல் நிகழ்ந்த வன்முறை என்னை அதிர்ச்சிக்குள் ளாக்கியது. இது நிகழ்ந்திருக்கக் கூடாது. நான் முன்பே உனக்கு அறிவுரை செய்தேன்.

தாலிபன்கள் உன்னைத் தாக்கினார்கள். இது இஸ்லாமிய வழியில் சரியா தவறா? நீ கொல்லப்படவேண்டுமா, இல்லையா? இந்த விவாதத்துக்குள் போக நான் விரும்பவில்லை. எல்லாம் வல்ல அல்லாவிடம் அதை விட்டுவிடுவோம். அவரே சரியான நீதிபதி. இங்கு நான் உனக்கு அறிவுரை கூற விரும்புகிறேன். ஏற்கெனவே

நான் தாமதித்துவிட்டேன். நான் உன்னைச் சிறைச்சாலையில் இருக்கும் போதே அறிவுறுத்தியிருந்தால் இந்தத் தாக்குதல் நடந்தே இருக்காது. முதலில் ஒன்றை நினைவில் வைத்துக்கொள்: தாலிபன்கள் உன்னை நீ பள்ளிக்கூடம் போவதற்காகவோ அல்லது நீ கல்வியை விரும்பு கிறாய் என்பதற்காகவோ தாக்கவில்லை. அதேபோல தாலிபனோ மற்ற ஜிஹாதிகளோ எந்த ஆண், பெண் அல்லது சிறுமிகள் படிப்பதற்கும் எதிரி அல்ல. நீ வேண்டுமென்றே அவர்களுக்கு எதிராக எழுதுகிறாய், அவர்கள் ஸ்வாட்டில் ஏற்படுத்த முயலும் இஸ்லாமிய முறையைப் பற்றி கெட்ட நோக்கத்துடன் பிரசாரம் செய்கிறாய் என்று நம்புகிறார்கள். உன்னுடைய எழுத்துகள் எழுச்சியூட்டும் வகையில் அமைந்திருக்கின்றன.

நேற்று நீ பேசும்போது சொன்னாய்: எழுதுகோல் வாளைவிட வலிமை யானது என்று. அதனால் அவர்கள் உன்னை உன் எழுதுகோலுக்காகத் தாக்கியிருக்கிறார்கள். உன்னுடைய புத்தகத்துக்காகவோ, பள்ளிக் காகவோ அல்ல. பல்லாயிரக்கணக்கான சிறுமிகள் தாலிபனின் ஆக்கிரமிப்புக்கு முன்னும், அதற்குப் பின்னும் பள்ளிக்கும் கல்லூரி களுக்கும் ஸ்வாட்டில் சென்று வருகிறார்கள். நீ மட்டும் ஏன் அவர்கள் தாக்குதல் பட்டியலில் இருக்கிறாய் என்று உன்னால் விளக்க முடியுமா?

இப்போது இரண்டாவது விஷயத்துக்கு வருவோம். தாலிபன்கள் ஏன் பள்ளிகளைக் குண்டு வைத்துத் தகர்க்கிறார்கள்? தாலிபன்கள் மட்டு மல்ல; பாகிஸ்தான் ராணுவமும், எல்லைப்படைகளும்கூட இந்தச் செயலை செய்கின்றன. பள்ளிகள் அவர்களின் கட்டுப்பாட்டுக்கு வந்த வுடன் அது அவர்களின் மறைவிடமாகவும் தாற்காலிகக் கூடாரமாகவும் மாறுவதுதான்.

2004 ஆம் வருடம் நான் ஸ்வாட்டில் இருந்தேன். சூபி முஹம்மதுவின் முதல் புரட்சிக்கான முயற்சிகள் தோல்வியடைந்ததற்கு என்ன காரணம் என்று ஆராய்ச்சி செய்துகொண்டிருந்தேன். எல்லைப் படைகள் பள்ளிக்கூடங்களில் நிறுத்தப்பட்டு அவை மறைவிடங் களாகவும் தங்குமிடங்களாகவும் செயல்பட்டுக்கொண்டிருந்தன. இப்போது சொல், யாரைப் பழி சொல்வது? பல பள்ளிகளும் கல்லூரி களும் பாகிஸ்தான் ராணுவத்தாலும் எல்லைப் படையினராலும் முகாம்களாக மாற்றப்பட்டிருந்தன. நாம் புனிதம் என்று நினைப்பவை அபாயகரமானதாக மாறும்போது அவற்றை அழித்துவிடுவது தாலிபனின் கொள்கை. பள்ளிக்கூடங்களைத் தகர்க்கும் பணியில் சில உள்ளூர் நிர்வாகத்தின் பங்கும் உண்டு. அவர்களுக்குப் பள்ளியின்

பெயரில் பணம் சம்பாதித்துத் தங்கள் வங்கிக் கணக்கில் போட்டுக் கொள்வது பிடிக்கும்.

ஒரு குழந்தை, ஒரு எழுதுகோல், ஒரு புத்தகம், ஒரு ஆசிரியை போதும் இந்த உலகை மாற்ற என்று நீ சொல்கிறாய். எந்தப் புத்தகம்? எந்த ஆசிரியர்? முஹம்மத் நபி ஓர் ஆசிரியர். அவர் குரானைக் கற்பிப்பதற்காக அனுப்பப்பட்டவர். அதனால் ஓர் உன்னதமான மத நம்பிக்கை உடைய ஆசிரியர், தீர்க்கத்தரிசனத்துடன் உள்ள பாடத் திட்டத்தைக் கற்பிக்கும்போது உலகம் மாறும். சாத்தான்களின் வேதமோ மதச்சார்பற்ற பாடத்திட்டமோ அல்ல.

கடைசியாக நான் கூற விரும்புவது இதுதான்: தாய்நாட்டுக்குத் திரும்ப வா. இஸ்லாமிய, பதான்களின் கலாசாரத்தை மேற்கோள். பெண் களுக்கென உன் ஊரில் அருகில் இருக்கும் மதாரசாக்கள் ஒன்றில் சேர்ந்துகொள். அல்லாவின் புத்தகத்தைப் படி. இஸ்லாம் மதத்துக்காக உன் எழுதுகோலை உபயோகப்படுத்து. முஸ்லீம்களின் இன்னல்களை எழுது. மனித இனத்தை அடிமைப்படுத்த விரும்பும் உயர்ந்த வர்க்கத்தைச் சேர்ந்த செல்வந்தர்களின் சூழ்ச்சிகளை, புதிய உலகம் என்ற பெயரில் அவர்கள் வைத்திருக்கும் செயற்பட்டியலை உலகுக்குக் தெரியப்படுத்து.

இந்தக் கடிதம் பாகிஸ்தானில் மலாலாவைப் பற்றி நிலவும் ஒரு கருத்தை தெளிவாக வெளிப்படுத்துகிறது. உலகின் பிற பாகங்களில் மலாலாவின் செய்கைகள் அவள் மேல் மிகுந்த மரியாதையை ஏற்படுத்தும் வேளையில் பாகிஸ்தானில் அவள் ஒரு வேண்டாத வளாகவே பார்க்கப்படுகிறாள். இணையத்தில் வரும் கருத்துரைகள் அவளை ஒரு 'நாடகம் ஆடும்' ராணியாகவும், அமெரிக்காவின் உளவுத் துறையின் பிரதிநிதியாக உளவு பார்க்கும் பெண்ணாகவும் சித்தரிக் கின்றன.

மலாலாவைத் தாலிபன்கள் தாக்கியதைப் பெரிதுபடுத்திக் காண்பிக்கும் ஊடகங்கள் ஏன் ஆளில்லா விமானத் தாக்குதல் மூலம் பாகிஸ்தானில் பல நூறுபேர்கள் இறந்துபோனதைக் காண்பிக்கவில்லை? மலாலா வுக்குக் கிடைத்த ஆதரவு ஏன் இந்த மக்களுக்குக் கிடைக்கவில்லை என்று தனது கடிதத்தில் ரஷீத் கேட்கிறார். 'நீ தாலிபன்களால் சுடப் படாமல் ஆளில்லா விமானத் தாக்குதலுக்கு ஆளாகியிருந்தால் இந்த உலகுக்கு உன் சிகிச்சை பற்றித் தெரிந்திருக்குமா? உன்னை ஐக்கிய நாடுகள் சபை கூப்பிட்டிருக்குமா? மலாலா தினம் அறிவிக்கப் பட்டிருக்குமா?' என்று மேலும் கேட்கிறார் ரஷீத்.

மலாலா மருத்துவமனையில் உயிருக்குப் போராடிக்கொண்டிருக்கும் சமயம் தாலிபன்கள் அவள் மேல் நடந்த தாக்குதலுக்கு தாங்களே பொறுப்பு என்று ஒப்புக்கொண்டனர். 'நாங்கள்தான் இந்தத் தாக்குதலை நடத்தினோம். எங்களுக்கு எதிராக யார் பேசினாலும் அவர்களை இப்படித்தான் தாக்குவோம். மதச்சார்பற்ற நிலையை அவள் ஆதரித்ததால் அவளைக் குறி வைத்தோம். சிறுவயதுப் பெண் ஆக இருந்தபோதும் அவள் மேற்கத்திய கலாசாரத்தைப் பதான்களின் நடுவில் பரப்பினாள். அவள் மேற்கத்திய நாடுகளுக்காகப் பேசுகிறாள். தாலிபனுக்கு எதிராக செயல்புரிகிறாள். அமெரிக்க அதிபர் ஒபாமா வைத் தனது போற்றுதலுக்குரியவராகச் சொல்லுகிறாள்'. என்று தங்கள் அறிக்கையில் தாலிபனின் செய்தித் தொடர்பாளர் இசனுல்லா இசான் தெரிவித்தார்.

மலாலாவுக்கு தேசிய அமைதி பரிசு கிடைத்தபின் நடந்த ஒரு நேர்முகப் பேட்டியில் அவளுக்குப் பிடித்த அரசியல்வாதிகளாக கான் அப்துல் காபர் கான், பெனசிர் புட்டோ, அமெரிக்க அதிபர் பரக் ஒபாமா ஆகியோரைக் குறிப்பிட்டிருந்தாள். ஒரு நீக்ரோ குடும்பத்தில் பிறந்து நீண்ட போராட்டத்துக்குப் பின் அவர் தனது கனவுகளையும் ஆசை களையும் நிறைவேற்றி அமெரிக்க அதிபராகியிருப்பது மலாலாவை மிகவும் கவர்ந்தது. ஆனால் பாகிஸ்தானில் அமெரிக்காவின் முகம் வேறு மாதிரி சித்தரிக்கப்பட்டிருந்தது. ஆளில்லா விமானத் தாக்குதல், ரகசியச் சோதனை ஆகியவையே அமெரிக்காவைக் குறிக்கும் சொற் களாக இருந்தன.

ஒரு தாலிபன் செய்தித் தொடர்பாளர் கூறினார். 'இந்தத் தாக்குதல் இரண்டு மாதங்களுக்கு முன்பே திட்டமிடப்பட்டது. அரசுடன் சேர்ந்து கொண்டு எங்களை எதிர்ப்போர் எங்கள் கையாலேயே சாவார்கள். அடுத்தாற்போல இன்னும் முக்கியமானவர்களுக்கும் இந்தக் கதி உண்டாகும்'. இரண்டு ஸ்வாட்டி ஆள்கள் மலாலாவை உளவு பார்த்து அவள் பள்ளிக்குப் போகும் வழியைக் கூறியதாகவும், எந்த இடத்தில் வேண்டுமானாலும் அவர்களால் தாக்கமுடியும் என்று உலகுக்குக் காண்பிக்கவே வேண்டுமென்றே ராணுவ சோதனைச்சாவடி அருகில் இந்தத் தாக்குதலை நடத்தியதாகவும் அந்தச் செய்தித் தொடர்பாளர் கூறினார்.

மலாலாவின் மேல் தாலிபன்கள் நடத்திய தாக்குதலுக்குப் பிறகு பாகிஸ்தானில் இருக்கும் ஒவ்வொரு பெண்ணும் 'நான் மலாலா' என்கிறாள். பாகிஸ்தானில் மட்டுமல்ல ஆப்கனிஸ்தானிலும் இந்தக் குரல் ஒலிக்கிறது. 1880 ஆம் ஆண்டு நடைபெற்ற இரண்டாம் ஸ்வாட் போரில் பஷ்டூன் ராணுவத்தை பிரிட்டிஷ் படைகளுக்கு எதிராக நடத்திச்

சென்ற மெய்வாண்டின் மலாலாய் என்ற வீரச் சிறுமிக்கு இணையாக இப்போது மலாலா பேசப்படுகிறாள். பாகிஸ்தானின் மக்கள் கட்சியின் கோஷமான 'எத்தனை புட்டோக்கள் இறந்தாலும், ஒவ்வொரு வீட்டிலிருந்தும் ஒரு புட்டோ உருவாக்கப்படுவார்' என்பதற்கு இணையாக 'எத்தனை மலாலாக்களை உங்களால் கொல்லமுடியும்?' என்ற கோஷம் ஒலிக்கிறது. மிங்கோராவில் இருக்கும் குஷால் பப்ளிக் பள்ளியில் படிக்கும் மலாலாவின் வகுப்புத் தோழிகள் ஒரு குரலாகச் சொல்லுவது இதுதான்: 'ஸ்வாட் பள்ளத்தாக்கில் இருக்கும் ஒவ்வொரு பெண்ணும் மலாலாதான். நாங்கள் கல்வி கற்போம். நாங்கள் நிச்சயம் வெல்லுவோம். எங்களை அவர்களால் தோற்கடிக்க முடியாது!'

8. நோபல் பரிசு

'இதைப் போன்ற மேடையில் நான் பேசவேண்டுமென்றால் எனக்கு வரும் பிரச்னை ஒன்றுதான். என்னைவிட மேடை உயரமாக இருக்கிறது. ஆனால் இப்போது நோபல் பரிசு பெற்றவள் என்பதையும் நான் கையாள வேண்டும்!' என்று ஜோக்கடித்துக்கொண்டே மேடைக்கு வந்தாள் மலாலா. 2014 ஆம் ஆண்டின் அமைதிக்கான நோபல் பரிசு பெற்றபின் தன்னைச் சந்திக்கக் காத்திருந்த பத்திரிகையாளர்களிடம் அவள் பிர்மிங்காம் நூலகத்தில் பேசினாள். தனது பள்ளிநேரம் முடியட்டும் என்று காத்திருந்து பின் செய்தியாளர்களைச் சந்தித்தாள் மலாலா.

தனக்கு நோபல் பரிசு வருமென்று மலாலாவுக்குத் தெரிந்திருந்தது. அப்படிக் கிடைத்தால் வந்து சொல்லும்படி தனது ஆசிரியரிடம் சொல்லியிருந்தாள். பரிசு கிடைத்த செய்தி வந்தபோது மலாலா தனது ரசாயன வகுப்பில் இருந்தாள். தாமிரத்தின் மின்னாற்பகுப்பு பற்றி படித்துக் கொண்டிருந்தாள். மணி 10.15 ஆயிற்று. இன்னும் ஆசிரியை வராததால் 'எனக்குப் பரிசு கிடைக்கவிலை. நான் இன்னும் சிறியவள். எனது வேலையை இப்போதுதான் தொடங்கியுள்ளேன் என்று நினைத்துக் கொண்டேன். சில நிமிடங்கள் கழித்து அந்த ஆசிரியை வந்து எனக்கு பரிசு கிடைத்த செய்தியைப் பகிர்ந்து கொண்டார். என்னைவிட என் ஆசிரியர்களுக்கு இந்தச் செய்தி மிகுந்த உற்சாகத்தைக் கொடுத்தது. எனது மகிழ்ச்சியைவிட அவர்களது மகிழ்ச்சி பெரியதாக இருந்தது' என்று அந்த நாளை நினைவுகூர்கிறாள் மலாலா.

உலகெங்கிலும் இருந்தும் வாழ்த்துச் செய்திகள் குவிந்த வண்ணம் இருந்தன. 'எனக்கு மிகவும் பெருமிதமாகவும் மகிழ்ச்சியாகவும் இருக்கிறது. நோபல் பரிசு பெற்ற முதல்

பாகிஸ்தான் பெண்ணாக, நோபல் பரிசு பெற்ற மிகச் சிறிய வயதினள் ஆகஇருப்பதில் நான் மிகவும் பெருமைப்படுகிறேன். தாலிபன்களின் தாக்குதல்களிலிருந்து நான் மீண்டு வந்தது மக்கள் என் மேல் காட்டும் அன்பினால்தான். இந்த அன்புக்குக் கைமாறாக இந்தச் சமுதாயத்துக்கு நான் ஏதாவது செய்யவேண்டும் என்று விரும்புகிறேன்' என்றாள் மலாலா.

கூடியிருந்த செய்தியாளர்களில் ஒருவர் கேட்டார்: 'நீங்கள் இதுவரை எதையும் சாதிக்காதபோது ஏன் உங்களுக்கு இந்தப் பரிசு கொடுக்கப் பட்டது?' என்று. நோபல் பரிசுக்குழுவின் தலைவர் சட்டென்று பதில் சொன்னார்: 'அதை எப்படி நீங்கள் சொல்லலாம்? குழந்தைகளின் உரிமை பிரச்னை என்பதை மலாலா உலகின் செயல்பட்டியலில் முதலிடத்தில் போட்டிருக்கிறாள்.'

மலாலாவுக்கு பஷ்டூன், ஆங்கிலம், உருது ஆகிய மொழிகள் தெரியும். மலாலா அவளது தந்தையிடமே அதிகம் கற்றவள். தந்தையின் வார்த்தைகளுக்கு மிகவும் முக்கியத்துவம் கொடுப்பவள். ஒரு நேர்முகப்பேட்டியில் மலாலா கூறினாள்: 'முதலில் எனக்கு ஒரு மருத்துவர் ஆக வேண்டுமென்ற ஆசை இருந்தது. ஆனால் என் தந்தை என்னை ஒரு அரசியல்வாதியாக ஆக உற்சாகம் அளித்தார்'. ஜியாவுதீன் தனது மகளை 'ரொம்பவும் சிறப்பானவர்' என்று குறிப்பிடுகிறார். 'தினமும் இரவு வெகுநேரம் விழித்திருந்து அவளுடன் அரசியல் பற்றிப் பேசுவேன்' என்கிறார்.

மலாலா 2008 ஆம் ஆண்டிலிருந்தே பொதுமேடையில் பேசத் தொடங்கிவிட்டாள். பெஷாவரில் உள்ளூர் செய்தியாளர்களுக்காக செப்டெம்பர் 2008 இல் பேசினாள் மலாலா. 'என்னுடைய அடிப்படை உரிமையான கல்வியை மறுக்க எத்தனை தைரியம் இந்தத் தாலிபன் களுக்கு?' என்று கேட்டாள் மலாலா அந்தக் கூட்டத்தில். இந்தப் பேச்சு செய்தித்தாள்களிலும், தொலைக்காட்சியிலும் காண்பிக்கப்பட்டது.

ஸ்வாட் பள்ளத்தாக்கைத் தங்கள் வசம் வைத்திருக்கும் தாலிபன் களுக்குப் பெண்கள் படிப்பது பிடிக்காத விஷயம். பெண்கள் பள்ளிக் கூடம் போவதைத் தடை செய்தார்கள். அன்றிலிருந்து மலாலாவின் போராட்டம் ஒரு சர்வதேசப் போராட்டமாக மலர்ந்தது.

மௌலானா பாஸ்லுல்லா தலைமையில் தாலிபன் தீவிரவாதிகள் ஸ்வாட் பள்ளத்தாக்கை ஆக்கிரமிக்கத் தொடங்கியபோதுதான் மலாலா பிபிசிக்காக எழுதத் தொடங்கினாள். தொலைக்காட்சி, இசை, பெண்கள் கல்வி ஆகியவை தடைசெய்யப்பட்டிருந்தன. பெண்கள் கடைகளுக்குச் செல்லவும் தடை விதிக்கப்பட்டது. தலை துண்டிக்கப்

பட்ட காவல்துறையினரின் உடல்கள் நாற்சந்திகளில் தொங்கவிடப் பட்டன.

முதலில் ஆய்ஷா என்ற பெண் எழுத முன் வந்தாள். ஆனால் அவளது பெற்றோர்கள் தாலிபனின் பழிவாங்கும் நடவடிக்கைகளுக்குப் பயந்ததால் பெண்ணை எழுதக்கூடாது என்று தடுத்துவிட்டனர். அதனால் ஏழாம் வகுப்பு படித்துக் கொண்டிருந்த மலாலா எழுத முன்வந்தாள். அவளது பாதுகாப்பு மிகவும் முக்கியம் என்பதால் ஒரு புனைப்பெயரில் எழுத ஆரம்பித்தாள். பஷ்டூன் நாட்டுப்புற கதைகளில் வரும் குல் மக்கி (சோளப்பூ) என்ற பெயரில் எழுத ஆரம்பித்தாள். தனது பதினொன்றாம் வயதில் பிபிசி இணையதளத்துக்காக நாளுக்கு நாள் அதிகரித்து வரும் தாலிபன்களின் அடக்குமுறைபற்றி பதிவுகள் செய்யத் தொடங்கினாள்.

'சிலர் அவளை மேலைநாடுகளின் பிரசார கருவி என்று தொடர்ந்து சொல்லி வருகிறார்கள். மேலைநாடுகளின் போலித்தனத்தில் கொஞ்சம் உண்மையும் இருக்கிறது. தாலிபனின் பெரும் சேதத்தைப் பற்றிப் பேசுபவர்கள் தங்களைப் பற்றி மறந்து விடுகிறார்கள். ஒரு பக்க அழிவை மட்டும் பேசி இன்னொரு பக்கத்தின் வன்முறைகளை மூடி மறைப்பது என்ன நியாயம்? மலாலாவைப் போல வன்முறைக்கு எதிராக கொள்கைரீதியாக நடவடிக்கை எடுக்கவேண்டும். தாலிபன் களை அமெரிக்கா உருவாக்கவில்லையா என்கிறார்கள். ஆனால் தாலிபன்களிடம் சிறுமிகளைச் சுடச் சொல்லிற்றா அமெரிக்கா? ஒன்று நிச்சயம். மலாலா இந்த விவாதங்களுக்கு அப்பாற்பட்டவள். மலாலாவின் வசீகரம் ஏற்கெனவே உலகத்தைக் கவர்ந்திருக்கிறது. மலாலாவுக்கு நோபல் பரிசு வேண்டாம்; நோபல் பரிசுக்கு மலாலா வேண்டும்' என்கிறார் ட்ரிப்யூன் பத்திரிக்கையாளர் ஷிவம் விஜ்.

2013ம் ஆண்டு நோபல் பரிசே மலாலாவுக்குக் கிடைக்கும் என்று எதிர் பார்க்கப்பட்டது. ஆனால் கிடைக்கவில்லை. தனக்கு இன்னும் அதற்கான தகுதி வரவில்லை என்று அப்போது மலாலா கூறினாள். நோபல் பரிசு கிடைப்பது தனக்கு ஒரு பெருமை தரக்கூடிய ஒன்று என்றும் சொன்னாள்.

2014 ஆம் ஆண்டு மலாலாவுக்கு நோபல் பரிசு கிடைத்தது பற்றி சில சர்ச்சைகள் எழுந்தன. மிகவும் இளம்வயது என்பது ஒரு காரணம். இரண்டு வருடங்களாகத்தான் அவள் சமூக ஆர்வலராக இருக்கிறாள் என்பது இன்னொரு காரணம். ஆனால் தைரியம், மன உறுதி இரண்டுக்கும் அவள் முன்மாதிரியாக இருக்கிறாள் என்பதை அவளை எதிர்ப்பவர்களால்கூட மறுக்கமுடியாது. மலாலாவும் அவளது அமைப்பும் இரண்டு விஷயங்களை முன் வைக்கின்றன.

★ முதலில் எல்லாக் குழந்தைகளுக்கும் கல்வி கற்க உரிமை இருந்தாக வேண்டும். எந்தவிதமான சமூக, பொருளாதார, அரசியல் சூழ்நிலை யிலும் இந்த உரிமை பாதுகாக்கப்படவேண்டும்.

★ எல்லாருக்கும் கல்வி என்பதை நடைமுறைப்படுத்துவதில் பல சிக்கல்கள் உள்ளன. இதை அனைவரும் உணர்ந்தாகவேண்டும்.

தெற்காசிய நிறுவனம், ஹார்வர்ட் சார்பில் ஒரு ஆராய்ச்சி நடந்தது. இந்தியாவில் உள்ள இரண்டு பெரிய மாநிலங்களில் - மகாராஷ்டிரா மற்றும் ராஜஸ்தான் - பெண் குழந்தைகள் தங்கள் கல்வியைத் தொடர எத்தகைய இடையூறுகள் உள்ளன என்பதைக் கண்டறிவதற்காக நடத்தப்பட்ட ஆய்வு இது. அந்தக் காரணங்கள் பின்னர் பட்டியலிடப் பட்டன. அவற்றில் பாலியல் இன்னல்கள், பெண் என்பதால் ஏற்படும் வன்முறை இரண்டும் மிகவும் முக்கியமானவை. பெண்களை ஒதுக்கி வைப்பது, அவர்களுக்குக் களங்கம் ஏற்படுத்துவது, பள்ளிக்கு வரும் பெண்களை மிரட்டுவது ஆகியவை பாகிஸ்தானின் பிரத்தியேகப் பிரச்னைகளாக இருந்தன. மலாலாவின் போராட்டங்கள் இவற்றை வெளியில் கொண்டுவந்தன. பெண்கள் அனைவருக்கும் கல்வி என்பது மலாலாவின் தனிப்பட்ட ஆசை மட்டுமல்ல. பல்லாயிரக்கணக்கான மக்களின் ஆசையும்தான். ஆனால் தங்களுடைய விருப்பத்தை வெளிப்படுத்தமுடியாத சூழலில் அவர்கள் இருந்தனர். மலாலா தயக்கத்தையும் அச்சத்தையும் உடைத்தெறிந்துவிட்டு சத்தம் போட்டு பேசினாள். அப்படிப் பேசியதன்மூலம் தன்னுடைய மக்களின் குரலாக, அவர்களுடைய மனச்சாட்சியாக மாறியிருந்தார்.

இங்கிலாந்தில் மருத்துவ சிகிச்சைக்குப் பின் பிர்மிங்காமில் மலாலா வின் குடும்பம் நிலைபெற்றது. தனது நினைவுகளை 'நான் மலாலா' என்ற புத்தகமாக அவள் வெளியிட்டாள். மலாலா நிதியம் ஒன்றையும் - உலகம் முழுவதும் உள்ள சிறுமிகளின் கல்விக்காக - நிறுவினாள்.

மலாலா ஒரு முறை எழுதினாள்: 'நமது குரலின் முக்கியத்துவம் நம்மை அடக்கும்போதுதான் தெரிகிறது. ஒரு செவ்வாய்க்கிழமை சாப்பிடும் நேரத்தில் நான் தாக்கப்பட்டேன். ஒரு குண்டு, ஒரு துப்பாக்கிச் சூடு உலகம் முழுவதும் கேட்கப்பட்டது.' பேசாதே வாயை மூடு என்று சொல்லும்போதுதானே நமது சொல்லின்வன்மை நமக்குப் புரிகிறது? அதுதான் நேர்ந்தது மலாலாவுக்கும்.

மலாலா தாக்கப்பட்டு சரியாக இரண்டு வருடங்கள், ஒரு நாள் கழித்து இன்னமும் அந்தத் துப்பாக்கியின் ஒலி எதிரொலித்துக் கொண்டிருக் கிறது. இந்த முறைநோபல் பரிசு வடிவத்தில். நோபல் பரிசு பெற்ற இளம் வயது பெண் என்ற பெருமை மலாலாவுக்குக் கிடைத்துள்ளது. இந்தச் செய்தி அவளை அடைந்தபோது மலாலா தான் பிறந்த ஸ்வாட்

பள்ளத்தாக்கிலிருந்து வெகு தூரத்தில் இருந்தாள். 'மலாலாவின் பிரசாரம் பல அபாயகரமான சூழ்நிலையில் நடைபெற்று வந்துள்ளது' என்று நோபல் பரிசுப் பரிந்துரைக் குழு குறிப்பிட்டுள்ளது. அவளுடைய தைரியமான செயல் நெல்சன் மண்டேலா, மார்டின் லூதர் கிங், ஆங் சான்சூச்சி ஆகியவர்களின் செயலை ஒத்திருக்கிறது என்று பலரும் வியந்து பாராட்டினார்கள்.

அமைதிக்கான நோபல் பரிசு பெற்ற அமெரிக்க ஜனாதிபதி ஒபாமா 'மலாலாவின் தைரியத்தைக் கண்டு நான் பேச்சிழந்துவிட்டேன். இதுதான் அவளது செயற்கரிய செயல்களின் தொடக்கம். இந்த உலகை இன்னும் சிறந்ததாக மாற்ற அவளது முயற்சிகள் தொடர வேண்டும்' என்றார்.

மலாலாவுடன் பல கல்விப் பிரசாரங்களை மேற்கொண்டு வந்த இங்கிலாந்தின் முன்னாள் பிரதம மந்திரி கார்டன் பிரவுன் 'மலாலா இந்த உலகின் மிகச்சிறந்த, உயர்ந்த குழந்தைகளுக்காகக் குரல் கொடுக்கும் வீரப்பெண்' என்கிறார். கனடா நாட்டின் பிரதமர் ஸ்டீபன் ஹார்பர் மலாலாவுக்கு கௌரவ கனடா நாட்டுக் குடியுரிமை கொடுக்கப்படும் என்றார்.

ஆனால் பாகிஸ்தானிலிருந்து கலவையான செய்திகள் வருகின்றன. பிரதமர் நவாஸ் ஷெரிப் கூறியது: 'மலாலா பாகிஸ்தானின் பெருமைக் குரியவள். அவளது சாதனை ஈடு இணையில்லாதது. உலகின் சிறுவர்களும், சிறுமிகளும் அவளது போராட்டத்திலிருந்தும், மனஉறுதி யிலிருந்தும் கற்க வேண்டும்'. மலாலாவின் குடும்ப நண்பர் அஹமத் ஷா சொன்னார்: 'இது எங்களுக்கு மிகப்பெரிய செய்தி. துணிச்சலான இந்த இளம்பெண் பாகிஸ்தானைப் பற்றி நேர்மறையான அடை யாளத்தை உருவாக்கியிருக்கிறாள். பாகிஸ்தானியர்களாகிய நாங்கள் - குறிப்பாக ஸ்வாட் பள்ளத்தாக்கில் இருப்பவர்கள் மலாலாவுக்கு நன்றிக்கடன் பட்டிருக்கிறோம்'.

பாகிஸ்தானில் இருக்கும் சிலர் அவளை பிரிட்டிஷ் அமெரிக்கப் பிரதிநிதியாகப் பார்க்கிறார்கள். இன்னும் சிலர் தாலிபன்கள் அவள் மேல் நடத்திய தாக்குதல் சரியே என்றும் நினைக்கிறார்கள். வலதுசாரி ஜமாத்-இ-இஸ்லாமி என்கிற மத-அரசியல் கட்சியின் தலைவர் லியாகத் பலாக் சொல்கிறார்: 'மலாலா ஒரு பாகிஸ்தானிய மாணவி. அவளுக்கு வெளிநாடுகளின் ஆதரவு கிடைப்பது அவ்வளவு ஒன்றும் தவறான விஷயம் அல்ல. நோபல் பரிசு கிடைத்ததற்கும் எங்களுக்கு ஆட்சேபணை ஒன்றுமில்லை. ஆனால் அவளுக்கு கிடைத்திருக்கும் மேற்கத்திய நாடுகளின் ஆதரவு எங்களுக்கு சந்தேகத்தை கொடுக்கிறது'.

இத்தனை சின்ன வயதில் மலாலாவுக்கு நோபல் பரிசு தேவையா? அவளுக்குக் கொடுக்கவேண்டிய அவசியம் என்ன? அவளுக்கும் நோபல் அமைதிப் பரிசுக்கும் என்ன சம்பந்தம் என்று சிலர் கேட்கிறார்கள். தங்கள் வாழ்நாள் முழுவதையும் செலவழித்தாலும் செய்ய முடியாததை மலாலா தனது 17 வயதுக்குள் செய்து காட்டியிருக்கிறாள் என்பதை ஏற்பதே பலருக்குக் கஷ்டமாக இருக்கிறது. ஆனால் அதுதான் உண்மை அல்லவா? அவளுடைய வாழ்க்கை பெரியவர்களையும் சிறுவர்களையும் சேர்த்தே அல்லவா கவர்கிறது! இந்த இருவருக்குமே அல்லவா அவள் ஓர் உத்வேகமாக இருக்கிறாள்! அவள் பெயரே ஒரு குறியீடாக மாறிய அதிசயத்தையும் அல்லவா நாம் நம் கண்களால் கண்டிருக்கிறோம்! மலாலா என்கிற பெயர் தடைக்கற்களைத் தாண்டுபவள் என்ற பதத்துக்கு இணைச்சொல்லாக மாறியிருக்கிறது.

நோபல் பரிசுக் குழு சொல்லியிருக்கும் ஒரே ஒரு விஷயம்தான் சற்று நெருடலாக இருக்கிறது. 'குழந்தைகளும் இளம் வயதினரும் தங்களது சூழ்நிலையை மேம்படுத்தத் தங்கள் பங்கை அளிக்க வேண்டும் என்று தனது வாழ்க்கையின் மூலம் சொல்கிறாள் மலாலா' என்கிறது அந்தக் குழு. இந்த உலகம் பெரியவர்களால் ஆளப்படுகிறது. குழந்தைகளுக்கு அவர்களது உரிமையைக் கொடுப்பது என்பது பெரியவர்களின் கடமை. அப்படியிருக்க எதற்காக குழந்தைகள் தங்கள் பங்கை அளிக்க வேண்டும்? அல்லது பங்களிப்பு இருந்தால்தான் அவர்களது உரிமைகள் அவர்களுக்குக் கிடைக்குமா? அவர்களது உரிமையை மறுக்காமல் கொடுக்கவேண்டியது நமது தலையாய கடமை அல்லவா? எந்தக் காலத்திலும் இந்தக் கடமையை நாம் உதறித் தள்ளக்கூடாது. குழந்தைகளின் உரிமையை அவர்களுக்குக் கிடைக்கும்படி செய்வதுடன் அவற்றைப் பாதுக்காப்பதும் நமது கடமை.

பாகிஸ்தானில் இருக்கும் இளம் சிறுமிகள் மலாலாவைத் தங்களது பெருமைக்குரிய முன் உதாரணமாக நினைக்கிறார்கள். 'மிகவும் தைரியமானவள் மலாலா. தீவிரவாதத்துக்கு முன் அவள் ஒரு தடுப்புச் சுவராக இருக்கிறாள்' என்று ஒரு பள்ளிச்சிறுமி கூறினாள். பல பதின்ம வயதுப் பெண்கள் மலாலாவைத் தங்கள் ஆதர்சமாகக் கொண்டிருக்கின்றனர். பலர் மருத்துவர்களாகவும், பொறியாளர்களாகவும், மனநல நிபுணர்களாகவும் வர ஆசைப்படுகிறார்கள். அவர்களில் ஒரு பெண் சொன்னாள்: 'சில பெண்களைப் போல நாங்கள் திருமணத்துக்குப் பிறகு வேலைக்குப் போவதை நிறுத்தமாட்டோம்'. அந்தச் சிறுமிகளுக்கு மலாலாவின் அனுபவம் புதியதல்ல. அவளைப் போல பலரைப் பார்த்திருக்கிறார்கள். ஆப்கனிஸ்தான் எல்லை அருகில் இருக்கும் பழங்குடியினர் வசிக்கும் பகுதிகளில் பெண்களுக்குப் படிப்பு என்பது அவர்கள் குடும்பத்தாலேயே மறுக்கப்படுகிறது.

மலாலாவின் விமரிசகர் ஒருவர் பிபிசியில் கூறினார்: 'மலாலா ஒரு சாதாரண, ஒன்றுக்கும் உதவாத பெண்!' தாலிபன்கள் மலாலாவைத் தாக்கியதை ஒப்புக்கொண்டபோதும், பாகிஸ்தான் ராணுவம் அவளைத் தாக்கியவர்களைக் கைது செய்துவிட்டதாகக் கூறியபோதும், மலாலா தாக்கப்படவேயில்லை என்று பாகிஸ்தானில் சிலர் சொல்லிக் கொண்டிருக்கிறார்கள்.உண்மையிலேயே மலாலாவைவிட தகுதியான வர்கள் இருக்கிறார்கள், அவர்களுக்கு நோபல் பரிசு கொடுத்திருக்க லாம் என்று சொல்பவர்களும் இருக்கிறார்கள். உலகளவில் அறியப் பட்டிருக்கும் எந்த பாகிஸ்தானிய பெண்ணும் இத்தகைய விமரிசனங் களுக்குத் தப்புவதில்லை. உதாரணமாக முன்னாள் பிரதமர் பெனசிர் புட்டோ, மனித உரிமைப் பிரசாரகர் அஸ்மா ஜஹாங்கிர், ஆஸ்கர் பரிசு பெற்ற திரைப்பட தயாரிப்பாளர் ஷர்மீன் ஓபைத் சினாய் ஆகியோரைச் சொல்லலாம்.

பாகிஸ்தானில் மக்கள் தொகையில் ஐந்து சதவிகிதம் பேர்கள் மலாலாவைப் பற்றி அவ்வளவு நல்ல கருத்தைக் கொண்டிருக்கவில்லை. பாதி மக்கள் அலட்சியமாக இருக்கிறார்கள் - யாருக்கு என்ன கிடைத்தால் என்ன என்று. 30 சதவிகிதம் பேர் மலாலாவை ஆதரிக்கிறார்கள். பாகிஸ்தானில் நிலவும் கல்வி நிலையைப் பார்க்கும்போது இஸ்லாமாபாத்தில் இஸ்லாமாபாத் மாடல் பள்ளியில் படிக்கும் சிறுமிகள் ரொம்பவும் அதிர்ஷ்டசாலிகள். அவர்கள் மிகப் பெரிய, அரசால் பண உதவி பெறும் சிறந்த பள்ளியில் படிக்கிறார்கள். ஆனால் 25 மில்லியன் பாகிஸ்தான் சிறுவர்கள் பள்ளிக்குப் போவதில்லை. இதில் 61சதவிகிதம் பேர் சிறுமிகள். இந்தப் புள்ளிவிவரங்களைப் பார்க்கும்போது தாலிபனின் தாக்குதலுக்கு முன்பே மலாலா பல தடைகளைத் தாண்டியிருக்கிறாள் என்று சொல்லவேண்டும்.

இந்த நோபல் பரிசு மலாலாவுக்கும், இஸ்லாமாபாத் மாடல் பள்ளியில் படிக்கும் சிறுமிகளுக்கும், தினமும் பல தடைகளை மீறி பள்ளிக்கு வரும் பாகிஸ்தான் குழந்தைகளுக்கும் கிடைத்திருக்கும் மிகப்பெரிய அங்கீகாரம்.

9. மலாலாவும் மாற்றுக்கருத்துகளும்

மலாலா ஒரு கோழை, நயவஞ்சகக்காரி, தாலிபன்களுக்கு பயந்து மேற்கத்திய நாடுகளில் சரண் புகுந்துள்ளாள் என்றொரு கருத்து நிலவுகிறது.

தாலிபனால் தாக்கப்பட்ட மலாலா பிழைத்து எழுந்தவுடன் என்ன செய்திருக்கவேண்டும்? மறுபடியும் பாகிஸ்தானுக்குப் போயிருக்க வேண்டும். தாலிபனைவிட தான் பலம் வாய்ந்த வள் என்று நிரூபிக்க அவள் ஸ்வாட் பள்ளத்தாக்குக்குத் திரும்பியிருக்கவேண்டும். ஆனால் அவள் அப்படிச் செய்ய வில்லை. பிழைத்து எழுந்தவுடன் தனக்குக் கிடைத்த புகழை விரும்பி ஏற்றுக்கொண்டாள். தனக்குப் பாதுகாப்பான இடமான இங்கிலாந்தில் ஒரு பள்ளியில் சேர்ந்தாள். இப்போது மேற்கத்திய நாடுகளைச் சுற்றிவந்து பெண்ணிய வறட்டுத் தத்துவத்தையும் தனது புத்தகத்தையும் விற்க முயல்கிறாள்.

எனக்கு தாலிபன்களைக் கண்டு சிறிதும் பயம் இல்லை என்ற வுடன் இந்த உலகம் அவளைப் பாராட்டியது. மலாலாவுக்கு வாழ இங்கிலாந்தில் பத்திரமான ஒரு இடம் கிடைத்து விட்டது. ஆனால் அவள் வாழ்ந்துவந்த ஸ்வாட் பள்ளத் தாக்கில் பல பெண்கள் இன்னும் தங்கள் உயிரைப் பணயம் வைத்துப் பள்ளிக்குப் போய்வருகிறார்களே! அவர்களை மோசம் செய்யலாமா? அவர்களுக்காவே தான் குரல் கொடுப்பதாகச் சொல்லும் மலாலா ஏன் கோழையைப் போல எங்கோ போய் ஒளிந்துகொண்டு இருக்கிறாள்? பாது காப்பான இடத்தில் மலாலா படித்துக் கொண்டிருக்கும் அதேவேளையில் ஆப்பிரிக்காவில் பள்ளிச் சிறுமிகள் கடத்தப்

படுகிறார்கள்; பாலியல் அடிமைகளாக மாற்றப்படுகிறார்கள்; இவர்களுக்கு மலாலா சொல்லும் பதில் என்ன? ஆம், மலாலா பயந்து ஓடிவிட்டாள். தாய்நாட்டை விட்டு ஓடுவதை வீரம் என்று பாராட்டுகிறார்கள் இந்த உலகில். மலாலா உண்மையில் தாலிபன்களுக்குப் பயந்துதான் ஓடிவிட்டாள். இது தாலிபனுக்குக் கிடைத்த வெற்றி என்றுதான் சொல்லவேண்டும்.

இப்போதெல்லாம் நோபல் அமைதிப் பரிசுக்கு மதிப்பே இல்லாமல் போய்விட்டது. அமெரிக்க ஜனாதிபதி ஒபாமவுக்கு ஏன் இந்தப் பரிசு கொடுக்கப்பட்டது? அவர்தான் அமெரிக்காவின் முதல் கறுப்பு நிற அதிபர் என்கிற காரணத்தால். தான் குரல் கொடுப்பதாகச் சொல்லும் பெண்களையே விட்டுவிட்டு ஓடிவந்த மலாலாவுக்கும் இந்த அமைதிப் பரிசு கொடுத்திருப்பதை என்னவென்று சொல்ல?

இப்படிச் சொல்லிக்கொண்டே போகிறது ஒரு இணையதளம்.

மலாலாவைப் படிக்க விடுங்கள், அவளுக்கு நோபல் பரிசு கிடைக்கக் கூடாது என்று ஒரு பத்திரிக்கையாளர் சொல்லுறார். அதையும் பார்ப்போம். டெலிகிராஃப் பத்திரிகையின் வலைப்பூவில் ராப் கிரில்லி என்பவர் எழுதுகிறார்.

'ஸ்வாட் பள்ளத்தாக்கில் தாலிபன்களின் அட்டூழியங்கள் தொடங்கும் முன்பே மலாலா அங்கு பிரபலமாக இருந்தாள். தீவிரவாதிகளின் அடாத செயல்களைச் சுட்டிக்காட்ட அவள் என்றுமே தயங்கியதில்லை. அவளைவிட உருவத்தில், அவளைவிட வயதில் இரண்டு மடங்கு பெரியவர்கள் கோழைத்தனமாக தீவிரவாதிகளுடன் நேருக்கு நேர் மோதத் தயங்கியபோது மலாலா தைரியமாக நின்றாள்.

அதற்கு அவளுக்குக் கிடைத்த பரிசு என்ன? தாய்நாட்டைவிட்டு வெளியேறியது; தீவிரவாதிகளால் தாக்கப்பட்டு உயிருக்குப் போராடியது. மாதக்கணக்கில் அறுவை சிகிச்சைகளுக்கு உட்பட்டது. இத்தனைக்கும் பிறகு பிறந்த நாட்டிலேயே வெளிநாட்டின் உளவாளியாகப் பார்க்கப்பட்டாள். அவளது குழந்தைப் பருவம் பயங்கரமான முறையில் காயப்பட்டுவிட்டது. அவள் தனது பதின்ம வயது ஆனந்தத்தை நிச்சயம் அனுபவிக்கவேண்டும். அவள் போராடும், கனவு கண்டு வரும் படிப்பை நல்லவிதமாக முடிக்க வேண்டும். போதும்! இதுவரை நடந்ததெல்லாம் முடிவுக்கு வரட்டும். அவளது பள்ளிப்பருவத்துக்கும், அவள் ஒரு இளம் பெண்ணாக மலர்வதற்கும் இது சரியான தருணம். அதை அவளுக்குக் கொடுப்போம். அரசியல்வாதிகளையும், அவளை வைத்து களத்தில் குதிக்கத் தயாராக இருப்பவர்களையும் மலாலாவிடமிருந்து தூர போகச் சொல்வோம்.

சிறுவயதிலிருந்தே அவளுக்கு மருத்துவர் ஆக வேண்டுமென்ற ஆசை. பாகிஸ்தானை நல்ல நிலைக்குக் கொண்டுவர தனது புத்திசாலிப் பெண்ணைத் தயார் செய்ய விரும்பினார் அவளது தந்தை. முதலில் மலாலா தனது பள்ளி இறுதிப் படிப்புக்கும் மேல் படிப்புக்கும் தயார் செய்து கொள்ளட்டும். படிப்பதில் கவனம் செலுத்தட்டும். சரியான கல்வி கற்க முடியாத எத்தனையோ சிறுவர்களுக்கு அப்போது அவள் ஒரு நல்ல மாதிரியாக இருக்க முடியும். ஒரு பதினாறு வயதுப் பெணுக்கு நோபல் பரிசு கிடைக்க வேண்டுமென்றால் அதற்கு அந்தப் பெண் கொடுக்கப்போகும் விலை என்ன? என்னுடைய நம்பிக்கை அவளுக்கு நோபல் பரிசு கிடைக்கக் கூடாது!'

மலாலாவை விமரிசிப்பவர்கள் இணையத்தளத்தில் பாகிஸ்தானில் பள்ளிக்குப் போகும் சிறுமிகளின் புகைப்படங்களைப் போட்டு 'பாருங்கள், எத்தனை சிறுமிகள் பள்ளிக்குப் போய்வருகிறார்கள்! மலாலா சொல்வது போல தாலிபன்கள் பள்ளிக்கூடங்களைத் தகர்க்கவும் இல்லை; சிறுமிகள் பள்ளிக்குப் போவது தடைபடவும் இல்லை' என்கிறார்கள்.

என்ன சாதித்துவிட்டாள் மலாலா? அவளைவிட பாகிஸ்தானின் மனித நேயர் அப்துல் சத்தார் ஏதி நோபல் பரிசுக்குத் தகுதியானவர் என்ற கருத்தும் பாகிஸ்தானில் நிலவுகிறது. கடந்த அறுபது வருடங்களாக இவர் குழந்தைகளுக்காகவும், ஆதரவற்ற பெண்களுக்காகவும் பல இருப்பிடங்களை அமைத்துள்ளார். பெண்களுக்கு வேலைக்கான பயிற்சி கொடுக்கிறார். ஆதரவற்ற குழந்தைகளுக்கா இல்லங்களை அமைத்திருக்கிறார். இலவசஆம்புலன்ஸ் வண்டிகளை இயக்குகிறார். இவரைப்போல இருப்பவர்களின் கதைகள் மேலை நாடுகளைக் கவருவதில்லை. ஏனெனில் இவர்கள் மேலைநாடுகளின் ஏகாதிபத்திய கருத்துகளை ஆதரிப்பதில்லை.

இன்னொரு வகையான பயமும் பாகிஸ்தானில் நிலவுகிறது. பாகிஸ்தானில் முதல் நோபல் பரிசு (1979) பெற்ற இயற்பியலாளர் மொஹம்மத் அப்துஸ் சலாம் போல மலாலாவும் வெளிநாட்டிலேயே தங்க நேரிடலாம் என்பதே அந்த பயம். சலாம் அஹ்மதி இனத்தைச் சேர்ந்தவர். இந்த இனத்தைச் சேர்ந்தவர்கள் முஸ்லீம்கள் இல்லை என்று பாகிஸ்தான் அரசியலமைப்பு கூறவே 1974 இல் பாகிஸ்தானை விட்டு வெளியேறினார் சலாம். இணை அணுவியல் இயற்பியலில் முன்மாதிரியான ஆராய்ச்சிகள் செய்திருந்தும், இறைத்துகள் பற்றி முன்பே கணித்துக் கூறியிருந்தும் அவரது சாதனைகள் அலுவலகப் பதிவுகளிலிருந்து நீக்கப்பட்டன. இறந்த பின் அவரது உடல் பாகிஸ்தானுக்குக் கொண்டுவரப்பட்டது. அவரது கல்லறையில்

எழுதப்பட்டிருந்த 'நோபல் பரிசு பெற்ற முதல் முஸ்லிம்' என்ற வாசகத்தில் முஸ்லிம் என்ற வார்த்தை நீக்கப்பட்டு, அவரது கல்லறையும் நாசப்படுத்தப்பட்டது. இவரைப் போல வெளிநாட்டிலேயே வாழ வேண்டிய நிலை மலாலாவுக்கு ஏற்பட்டுவிடுமோ என்று சிலர் அஞ்சுகிறார்கள்.

மலாலாவைச் சுற்றி இப்போது நிறைய விஷயங்கள் நடந்து கொண்டிருக்கின்றன. தனது 16வது பிறந்த நாளன்று ஐக்கிய நாடுகள் சபையில் மலாலா பேசினாள். ராணி எலிசபெத் அவளைத் தேநீர் விருந்துக்கு அழைத்தார். கிட்டத்தட்ட ஒரு சினிமா நடிகையைப் போல புகழ் கிடைத்திருக்கிறது. உலகின் மிகப் பெரிய நிறுவனங்களில் ஒன்றான எடில்மேன் நிறுவனம் அவளது சார்பில் வேலை செய்கிறது. பத்திரிகைகளையும், மற்ற ஊடகங்களையும் எப்படிக் கையாள வேண்டும் என்று இந்த நிறுவனம் மலலாவின் குடும்பத்துக்கு வழி காட்டுகிறது. மலாலாவின் பிரசாரத்துக்கும் உதவுகிறது. அவளது நேர்முகப் பேட்டிக்கு இரண்டு மாதங்கள் காத்திருக்கவேண்டுமாம். அரசியல்வாதிகளும், பத்திரிக்கையாளர்களும், பதிப்பகத்தினரும் அவளை உலகப் புகழ் பெற்றவளாக மாற்றிக்கொண்டிருக்கிறார்கள். அவளது உருவப்படத்தை வரைந்த ஜோனதன் யோ கூறுகிறார்: மலாலா விடம் எந்தவிதமான அரசியல் செயல் பட்டியலும் இல்லை; நாட்டின் மீது ஈடுபாட்டுடனும், மத நம்பிக்கையுடனும்தான் இருக்கிறாள்.'

ஒரு பதினாறு வயதுப் பெண்ணுக்கு இத்தனை வெளியுலக நடவடிக்கைகள் வேண்டுமா? அது அவளுக்கு மன அழுத்தத்தை உண்டு பண்ணாதா என்றும் சிலர் கேட்கிறார்கள். மலாலா தன்னைச் சுற்றி நடக்கும் சர்க்கஸ் எதுவும் தன்னை பாதிப்பதில்லை என்கிறாள். என்னுடைய உலகம் மாறியிருக்கிறது. ஆனால் நான் மாறவில்லை என்கிறாள் மலாலா.

அவளது குடும்பத்துடன் நெருங்கிப் பழகும் இன்னொருவர் கூறுகிறார்: 16 வயதுதான் ஆகிறது என்றாலும் அவள் சுயமாகவே செயல் படுகிறாள்.

10. மேலைநாடுகளின் கைப்பாவையா?

பாகிஸ்தானின் பெண்கள் உரிமை முன்னணி போராட்டக் காரர் ஹுமைரா அவைஸ் ஷாஹித் ஒரு முன்னாள் அரசியல் வாதி, செய்தித்தாள் ஆசிரியர், ஹார்வர்ட் பல்கலைக்கழகப் புத்தாய்வு மாணவர். 'மலாலா மேற்கத்திய நாடுகளுக்குப் பலியாகிவிட்டாள்' என்கிறார் இவர். 'இங்கிலாந்து மற்றும் அமெரிக்கா இவள் பிழைத்த கதையை தங்களுக்குச் சாதகமாக எடுத்துக் கொண்டுவிட்டன. இவளது பெயர் மிகவும் கெட்டுவிட்டது. மலாலா என்றாலே பாகிஸ்தானின் சில பகுதிகளில் வெறுப்புணர்வு பொங்கி எழுகிறது. மலாலாவின் கடுமையான அனுபவத்தை மேற்கத்திய நாடுகள் இஸ்லாமிய மதத்தை விமரிசிக்க பயன்படுத்துகின்றன'.

'மலாலா அமெரிக்க உளவாளி. உள்நாட்டு அரசியலில் அநாவசியமாகத் தலையிடுவதுடன், இஸ்லாமிய மதத்தின் பழைய சம்பிரதாயங்களை விமரிசிக்க ஆரம்பித்துவிட்டாள். மேலை நாடுகளுக்கு உண்மையானவளாக இருக்க விரும்பு கிறாள் என்ற பழி அவள் மேல் இருக்கிறது. உண்மையில் பாகிஸ்தான் எப்படிப்பட்ட நாடு, மேலைநாடுகள் பாகிஸ் தானை எந்தவிதமாக உருவகப்படுத்திக் காட்ட விரும்பு கின்றன என்ற இந்த இரண்டு போராட்டங்களிடையே அகப் பட்டுக்கொண்டு மலாலா தவிக்கிறாள். மேலைநாடுகளின் உருவகத்தில் மலாலா சிதைந்து போகிறாள்'.

'மலாலா ஓர் உண்மையான, சிரத்தையான முஸ்லிம். அவளுக்கு மதச்சார்பற்ற குடியரசில் விருப்பம் இல்லை. ஆனால் மேலைநாடுகள் அவளது கதையிலிருந்து அவர்

களுக்குப் பொருந்தும் ஒரு செயல்திட்டத்தைச் செயல்படுத்த நினைக்கின்றன. இது ஊடகங்களின் பரபரப்புச் செயல். மதச் சார்பு பற்றிய கேள்வி இங்கே எழுகிறது. எங்கள் பிரச்னை இதுவல்ல; பாகிஸ்தானின் அரசியலமைப்பு எல்லாம் வல்ல இறைவன் அல்லாவின் பெயரில் ஆரம்பிக்கிறது. இஸ்லாமிய வேதங்களின் படியும், இஸ்லாமியக் கொள்கைகளின் அடிப்படையிலும் பேசுகிறது. பாகிஸ்தானியப் பெண்களின் நிலை பற்றி அடிப்படையிலேயே தவறான எண்ணங்களைக் கொண்டிருக்கின்றன மேலைநாடுகள். அவர்களுக்குச் சிறந்த கல்வி வாய்ப்புகள் வேண்டும். வன்முறையிலிருந்து அதிகப் பாதுகாப்பு வேண்டும். சுதந்தரமான வாழ்க்கை வாழ வேண்டும். அதற்காக நாட்டின் கலாசாரத்தில் இஸ்லாமியப் பங்கு ஒதுக்கப்படவேண்டும் என்பதில்லை. பழமைவாதிகளும், குர் ஆனில் சொல்லப்பட்டிருப்பதை மாற்றிக் கூறுபவர்களும், நிலப்பிரபுத்துவத் தலைவர்களும் முக்கிய அரசியலிலிருந்து விலகி இருக்க வேண்டும் என்று விரும்புகிறார்கள். எங்களது பிரச்னை நீதி, நேர்மை இல்லாமை; ஏழைமை; லஞ்ச ஊழல் மிகுந்த அரசு; பொறுப்பற்ற அதிகாரிகள்; எங்களுக்கு இந்த விஷயங்களில் உதவுங்கள்; எங்கள் பிரச்னை மதச்சார்பின்மை இல்லை.'

மலாலா இப்போது மேலை நாடுகளைச் சேர்ந்தவள் ஆகிவிட்டாள்; இதற்கு அவள் என்ன சொல்கிறாள்? 'என் அப்பா சொல்வார், கல்வி பெறுவதில் கிழக்கு, மேற்கு என்று எதுவுமில்லை. கல்வி எப்போதும் கல்வி தான். கல்வி கற்க எல்லோருக்கும் உரிமை உண்டு. பாகிஸ்தானின் மக்கள் என்னை எப்போதும் ஆதரிக்கிறார்கள். என்னை அவர்கள் ஒருபோதும் மேலை நாட்டைச் சேர்ந்தவளாக நினைக்கவில்லை. நான் பாகிஸ்தானின் மகள்; நான் பாகிஸ்தானி என்று சொல்லிக்கொள்வதில் பெருமை அடைகிறேன். என் மேல் தாக்குதல் நடந்த அன்று பொதுமக்கள் 'நான் மலாலா' என்று பதாகை காண்பித்தார்களே தவிர 'நான் தாலிபன்' என்று சொல்லவில்லை. எனக்கு ஆதரவு அளித்து, நான் முன்னேற உற்சாகம் அளிக்கிறார்கள். என்னுடைய கல்விக்கான பிராசாரத்தைத் தொடரச் சொல்கிறார்கள். நாங்கள் இப்போது பாகிஸ்தான், ஆப்கனிஸ்தான், சிரியா ஆகிய நாடுகளில் கவனம் செலுத்தி வருகிறோம். ஏனெனில் இவர்கள் ரொம்பவும் அல்லல்படுகிறார்கள். அவர்களுக்கு எங்கள் உதவி தேவைப்படுகிறது. பிற்காலத்தில் நான் அரசியல் படித்து பாகிஸ்தானின் தலைவியாக வந்து அங்கு மாற்றங்கள் கொண்டு வரவேண்டும். பாகிஸ்தானில் நான் ஒரு அரசியல்வாதியாக இருக்க விரும்புகிறேன். வளர்ந்த நாடுகளில் அரசியல்வாதியாக இருக்க நான் விரும்பவில்லை' என்று தன் மனதில் உள்ளதைத் தெளிவாகச் சொல்கிறாள் மலாலா.

11. பாகிஸ்தானில் தாலிபன்களின் ஆதிக்கம்

1979 இல் ரஷ்யர்கள் ஆப்கனிஸ்தான்மீது படையெடுத்தனர். லட்சக்கணக்கான மக்கள் ஆப்கனிஸ்தானிலிருந்து பாகிஸ் தானுக்குள் தஞ்சம் புகுந்தனர்.சுமார் பத்து வருடங்கள் ஆப்கனிஸ்தானில் இருந்தனர் ரஷ்யர்கள். ஒரு நாள் சூபி முஹம்மது என்று ஒரு மௌலானா ஸ்வாட் பள்ளத்தாக்குக்கு வந்து இஸ்லாமின் பெயரால் ரஷ்யர்களுக்கு எதிராகப் போராட இளைஞர்களை அழைத்தார். இவரே தான் பின்னாளில் ஸ்வாட் தாலிபன் அமைப்பை உருவாக்கினார். தாலிப் என்ற சொல்லுக்கு மத சம்பந்தமான படிப்பு படிக்கும் மாணவன் என்று பொருள்.

மௌலானா சூபி முஹம்மதின் மருமகன் மௌலானா பஸ்லுல்லா. 28 வயது இளைஞர். போலியோவினால் பாதிக்கப்பட்ட வலது காலை இழுத்து இழுத்து நடப்பார். ஸ்வாட் நதியைக் கடக்க உருளை நாற்காலியை இயக்கிக் கொண்டிருந்தவர். 2002 இல் சூபி முஹம்மது சிறையில் அடைக்கப்பட்ட பின் அவரால் ஆரம்பிக்கப்பட்ட டெஹ்ரிக்-இ-நபாஸ்-இ-ஷரியத்-இ-முஹம்மதி-(டிஎன்எஸ்எம்) என்ற அமைப்பின் தலைமைப் பொறுப்பேற்றார். முல்லா எஃப் எம் என்று ஒரு வானொலி நிலையம் அமைத்துக் கொண்டு தினமும் அதில் பேசிவந்தார். ஆரம்பத்தில் எல்லாமே நன்றாக இருந்தன. தன்னை இஸ்லாமிய சீர்திருத்த வாதி, குரானுக்குப் பொருளுரைப்பவர் என்று சொல்லிக் கொண்டார். மக்கள் பாட்டு கேட்பதையும், திரைப்படங்கள் பார்ப்பதையும் நிறுத்திக்கொள்ள வேண்டும் என்று சொன்னார். இந்த மாதிரியான பாவங்கள் செய்ததால்தான் பூகம்பம் ஏற்பட்டது என்றும், தொடர்ந்து இப்படிச் செய்தால்

கடவுளின் சாபத்துக்கு ஆளாகக்கூடும் என்றும் இடி போன்ற குரலில் முழங்கினார்.

முல்லாக்கள் தங்கள் விருப்பப்படி குரானுக்கு விளக்கம் அளித்தனர். பொதுமக்களுக்கு இவர்கள் அளித்த விளக்கங்கள் பிடித்திருந்தன. அப்போதிருந்த பாகிஸ்தானிய நீதியமைப்புக்குப் பதில் இஸ்லாமிய சட்டங்களைத் திரும்பக் கொண்டுவரப் போவதாக பஸ்லுல்லா சொன்னது அனைவருக்கும் பிடித்திருந்தது. பழைய ஸ்வாட் சமஸ்தானத்தை அவர் உருவாக்குவார் என்றே எல்லோரும் நினைத்திருந்தனர். ஆறு மாதங்களுக்குள் பொதுமக்கள் தங்களிடமிருந்த தொலைக்காட்சிப் பெட்டிகள், காணொளிச் சாதனங்கள், குறுந்தட்டுகள் ஆகியவற்றைத் தாலிபன்களிடம் தூக்கிக் கொடுத்துவிட்டனர். பஸ்லுல்லாவின் ஆட்கள் இவற்றை ஒரு பெரிய மலைபோலக் குவித்து வைத்து தீ மூட்டினர். பொதுமக்கள் பஸ்லுல்லாவின் பேச்சுக்கள் அடங்கிய குறுந்தகடுகளை வாங்கி வந்து கேட்க ஆரம்பித்தனர். மிகப்பெரிய மேதை அவர் என்று கொண்டாடினார்கள்.

உயர்நிலைப்பள்ளியுடன் படிப்பை நிறுத்திய ஒருவரை மேதை என்று கொண்டாடுகிறார்களே என்று மலாலாவின் தந்தை ஜியாவுதீன் மனம் நொந்து போனார். மக்களின் அறியாமையை பஸ்லுல்லா பயன்படுத்திக் கொள்வது அவருக்கு மிகுந்த வேதனையைக் கொடுத்தது. பஸ்லுல்லாவின் பேச்சில் பெண்களும் மயங்கினர். வெளிநாடுகளில் வேலை செய்துவரும் ஆண்களின் மனைவிகள் பஸ்லுல்லவுக்கு தங்கம், பணம் என்று வாரிக்கொடுத்தனர். இப்படிக் கிடைத்த பணத்தில் ஸ்வாட் நதியின் கரையில் ஒரு மசூதி, ஒரு மதாராசா அடங்கிய இமாம்டேரி என்ற தனது தலைமையகத்தை பஸ்லுல்லா கட்டிக் கொண்டார். கொஞ்சம் கொஞ்சமாக தனது பிடியை இறுக்க ஆரம்பித்தார் பஸ்லுல்லா. சிறையிலிருந்து சூபி முஹம்மது பெண்களுக்கு மதரசாவிலும் கல்வி கற்பிக்கக்கூடாது என்று அறிக்கை விடுத்தார். பஸ்லுல்லா அதைக் கெட்டியாகப் பிடித்துக் கொண்டார். எல்லாப் பெண்களும் பள்ளிக்குச் செல்வதை உடனடியாக நிறுத்த வேண்டுமென்றார். பள்ளிக்கூடம் போவதை நிறுத்திய சிறுமிகளின் பெயரை தனது வானொலியில் அறிவித்து, அவர்கள் சொர்க்கம் போவார்கள் என்று சொன்னார். ஆண் ஆசிரியர்கள் பெண்கள் பள்ளியில் கற்பிக்கக் கூடாது என்றார். பெண்களுக்குப் பெண்கள் கல்வி கற்பிப்பது சரியே. ஆனால் பெண்களைப் படிக்க வைத்தால்தானே அவர்கள் ஆசிரியர்கள் ஆகமுடியும் என்று ஜியாவுதீன் வருத்தப்பட்டார். ஒவ்வொரு நாளும் ஒவ்வொருவிதமான சட்டம் அமலுக்கு வந்தது. அழகு நிலையங்கள் மூடப்பட்டன. ஆண்கள் சவரம் செய்வது தடை செய்யப்பட்டது. பெண்கள் கடைக்குப் போகக்கூடாது என்றனர். ஆண் துணையில்லாமல்

பெண்கள் வெளியில் வரக்கூடாது என்றனர். ஐந்து வயது சிறுவனாக இருந்தாலும் ஆண், ஆண்தான் என்றனர்.

அடுத்தபடியாக கட்டை பஞ்சாயத்து ஆரம்பித்தார் பஸ்லுல்லா. வழக்குகள் உடனுக்குடன் தீர்த்து வைக்கப்பட்டன. பொதுமக்களுக்கு இந்தப் பஞ்சாயத்து ரொம்பவும் பிடித்துப் போயிற்று. பல வருட வழக்குகள் சில நிமிடங்களில் தீர்ந்தன. குற்றவாளிகளுக்குத் தண்டனை பொதுவிடத்தில் கசையடி. போலியோ சொட்டு மருந்து கொடுக்க வந்த ஆரோக்கிய சேவகர்கள் திருப்பி அனுப்பப்பட்டனர். அது போலியோ மருந்து இல்லை. ஸ்வாட் பள்ளத்தாக்கு பெண்களை மலடாக்கும் முயற்சி என்றனர். 'ஒரு நோயை அது வருவதற்கு முன்பே தடுத்து நிறுத்தும் சிகிச்சை ஷரியத் சட்டத்துக்குப் புறம்பானது. ஸ்வாட்டில் ஒரு குழந்தைகூட இந்தச் சொட்டு மருந்தைக் குடிக்கக்கூடாது' என்று தனது வானொலியில் அறிவித்தார் பஸ்லுல்லா.

ஈத் திருநாளின்போது இந்த முறை இரண்டு கால் பிராணிகளை நாங்கள் தியாகம் செய்யப்போகிறோம் என்று அறிவித்தார் பஸ்லுல்லா. கான் களையும், மதச்சார்பற்ற மற்றும் தேசியவாத கட்சிகளைச் சார்ந்த அரசியல்வாதிகளையும் கொல்ல ஆரம்பித்தார். தெருக்களிலும், கடைத்தெருக்களிலும், மலைகளின் மேலும் எங்கெங்கும் தாலிபன்கள் நிறைந்திருந்தனர். தாலிபன் ஸ்வாட் பள்ளத்தாக்குக்கு வருவதற்கு முன் இருந்த அமைதி இவர்கள் வந்தபின் குலைந்தது. தங்களது மிருகத்தன மான நடவடிக்கைகளை ஆரம்பித்தனர். பொதுமக்களை மிங்கோரா வின் நாற்சந்திகளில் வெட்டிக் கொலை செய்தனர். அப்பாவி மக்களைக் கொன்று குவித்தனர். இஸ்லாமின் நெறிகளைப் பின்பற்றாதவர்கள் என்று பலரையும் குற்றம்சாட்டி பொதுவிடத்தில் கொலை செய்தனர்.

இறந்தவர்களின் உடல்கள் முக்கியமான இடங்களில் போடப்பட்டன. இந்தக் கொலைகள் இரவில் நடக்கும், மறுநாள் காலை எல்லோரும் வெளியில் செல்லும்போது பார்க்கட்டும் என்று இப்படிச் செய்தார்கள். 'ராணுவத்துக்கு உளவு சொல்பவர்களின் கதி இதுதான்', 'இந்த உடலைத் தொடவேண்டாம். தொட்டால் அடுத்தபடியாக நீங்கள் கொல்லப்படுவீர்கள்' என்று இந்த உடல்களின் மேல் செய்திகள் ஒட்டப்பட்டிருக்கும். உயிரற்ற உடல்கள் கிரீன் சௌக் என்ற நாற்சந்தி யில் போடப்படும். அந்த நாற்சந்திக்கே ரத்த நாற்சந்தி என்ற பெயர் வந்துவிட்டது.

தாலிபனைச் சேர்ந்த முஸ்லிம் கான் ஒரு முறை சொன்னார்: சிறுமிகள் பள்ளிக்குப் போய் மேற்கத்திய கலாசாரத்தைக் கற்கக்கூடாது. இத்த னைக்கும் முஸ்லிம் கான் பல வருடங்கள் அமெரிக்காவில் இருந்தவர். தன்னுடைய சொந்தமான கல்விமுறை ஒன்றை கொண்டுவரப்

போவதாக அவர் அறிவித்தார். ஆங்கிலம், விஞ்ஞானம் படித்தால் சிறுமிகள் மேற்கத்தியர்கள் ஆகிவிடுவார்கள் என்று வாதம் செய்தார்.

ஷபானா என்ற நடனப் பெண் ஒருத்தி கொல்லப்பட்டாள். முல்லா வானொலியில் அவள் கொல்லப்பட்ட செய்தி வெளியானது. அவளைப் போல நடனமாடும் பெண்கள் எல்லோரும் கொல்லப்படுவார்கள் என்று அறிவிப்பு வந்தது. பொதுமக்களும் அவள் கொல்லப்பட்டது சரியே என்றனர். ஸ்வாட் பள்ளத்தாக்கு நுண்கலைகளுக்குப் பெயர் போனது. இப்போது பல கலைஞர்கள் ஸ்வாட் பள்ளத்தாக்கை விட்டு வெளியேறி லாகூர் அல்லது, துபாய் சென்றனர். அங்கேயே வாழ விருப்பம் கொண்டவர்கள் தாங்கள் பாடுவதை நிறுத்திவிட்டதாகவும், இனி பயபக்தியுடன் மத வாழ்க்கை வாழ்வதாகவும் உறுதி கூறினார்கள்.

ஷபானாவின் படுகொலை பற்றி தனது 'நான் மலாலா' புத்தகத்தில் மலாலா வருத்தத்துடன் இப்படிக் குறிப்பிடுகிறாள்: 'இவர்களுக்கு ஷபானா ஆடுவது பிடிக்கும். அவளை ஆடச்சொல்லி ரசிப்பார்கள். இப்போது அவளைத் தாலிபன்கள் இரக்கமில்லாமல் கொலை செய்த வுடன் அவள் 'கேடு கெட்டவளாகி' விட்டாள். உடல் உழைப்பு செய்யும் எல்லோரும் இவர்களுக்கு வேண்டும். செருப்பு தைப்பவர்கள் இல்லாமல் செருப்புகள் ஏது? தையற்காரர்கள் இல்லாமல் உடுக்க உடை ஏது? ஆனாலும் சமுதாயத்தில் இவர்களுக்கு மதிப்பு கிடையாது. சமூகத்தில் தாங்களும் ஒரு அங்கம், தங்களுக்கும் ஒரு கௌரவம் வேண்டும் என்பதற்காகவே இவர்கள் தாலிபன்களுடன் சேர்ந்து கொண்டார்கள்'.

ஒவ்வொரு நாளுமே இதைப் போன்ற மோசமான சம்பவங்கள் நடை பெற்றன. தினமும் இங்கு கொலை நடந்தது; இந்தப் பள்ளி தரை மட்டமானது. இங்கு ஒருவருக்குக் கசையடி கொடுக்கப்பட்டது என்ற செய்திகள் வந்தவண்ணம் இருந்தது. முதலில் பஸ்லுல்லாவைப் புகழ்ந்தவர்கள்கூட இந்த அட்டூழியங்களைப் பார்த்து திகைத்துப் போனார்கள். ஆனால் யாரும் வெளிப்படையாகப் பேச முன்வர வில்லை.

தாலிபன்களை வளரவிடுவதில் பாகிஸ்தானுக்கும் பங்கு இருப்பதாகச் சொல்லப்பட்டது. அமெரிக்காவுக்கு தங்களது ஆளில்லா விமானங் களை நிறுத்துவதற்கு ஓர் இடம் தேவைப்பட்டது. பாகிஸ்தான் அரசு 'எங்களுக்கு எங்களுடைய பிரச்னையே தீர்க்கமுடியவில்லை. உங்களுக்கு நாங்கள் எங்கே உதவுவது?' என்று தாலிபன்களைக் காரணமாகக் கூறி இடம் தர மறுக்கலாம். 'நாங்கள் உங்களிடமிருந்து பணஉதவி பெற்றுக்கொண்டு தீவிரவாதிகளுக்கு உதவுவதாகச்

சொல்லுகிறீர்கள். அது உண்மையானால் அந்தத் தீவிரவாதிகள் எங்களை ஏன் தாக்கவேண்டும்?' என்று அமெரிக்காவைப் பார்த்துக் கேட்கலாம்.

ஆப்கனிஸ்தானிலிருந்து ஸ்வாட் பள்ளத்தாக்குக்கு வந்த தாலிபன்கள் முதலில் இசையை நிறுத்தினார்கள். அடுத்ததாக ஆயிரம் வருடங் களுக்கு மேலாக ஸ்வாட் பள்ளத்தாக்கின் வரலாற்றைச் சொல்லிவந்த புத்த சிலைகளை உடைத்தார்கள். ஒருநாள் 23 அடி உயர ஜெஹனாபாத் புத்தர் சிலையின் முகத்தை வெடிகுண்டு வைத்து தகர்த்தார்கள். ஒரே தடவையில் இந்தச் சிலையை தகர்க்க முடியாமல் இரண்டு முறை வெடி வைத்து சிதற வைத்தனர். தாலிபன்கள் நுண் கலைகளுக்கும், கலாசாரத்துக்கும், ஸ்வாட் பள்ளத்தாக்கின் வரலாற்றுக்கும் எதிரி களானார்கள். குழந்தைகள் விளையாடும் கேரம் போர்ட் விளை யாட்டையும் தடை செய்தனர். காவல் நிலையங்களைக் கைப்பற்றி தங்களது அமைப்பின் கொடியைப் பறக்க விட்டனர்.

அரசு அதிகாரிகள் ஒன்றும் செய்யவில்லை. ஸ்வாட்டில் தாலிபன்கள் நுழைந்த அதே சமயம் பாகிஸ்தானின் மிகப்பெரிய மதாரசாவான ஜமியா ஹப்ஸாவிலிருந்து (இஸ்லாமாபாதில் இருக்கும் சிவப்பு மசூதியின் பெண்கள் மதரசா) பல பெண்கள் இஸ்லாமாபாத் முழுவதும் வன்முறையைப் பரப்பினர். மசாஜ் மையங்களின் உள்ளே புகுந்து கொள்ளையடித்தனர். விலை மாதர்கள் என்று பெண்களைக் கடத்திக்கொண்டு போனார்கள். வீடியோ, டிவிடிக்களைக் கொளுத்தி னார்கள். இதன் தலைவி உம்மே ஹாசன் பல பெண்களைத் தற்கொலை குண்டுதாரிகளாகப் பயிற்சி கொடுத்து உருவாக்கியிருப்பதாகப் பெருமையுடன் சொல்லிக்கொண்டார். 2007 ஆம் ஆண்டின் நடுவில் நிலைமை மிகவும் மோசமடைந்தது. ஜுலை 3 ஆம் தேதி கமாண்டோக்கள் சிவப்பு மசூதியைச் சுற்றி வளைத்தனர். ஒலிபெருக்கி மூலம் அந்தப் பெண்களைச் சரண் அடையும்படி சொன்னார்கள். மசூதியிலிருந்த பல தீவிரவாதிகள் ஆப்கானிஸ்தானிலும், காஷ்மீரிலும் போர் புரிந்தவர்கள். ராணுவம் வந்து சூழ்ந்தபோது பல பெண்களும் மசூதி உள்ளே இருந்தனர். 9 ஆம் தேதி மசூதிக்குள் இராணுவம் அதிரடியாக உள்ளே புகுந்து தாக்கியது. ராணுவ வீரர்கள், குழந்தைகள் என்று கிட்டத்தட்ட 100 பேர் கொல்லப்பட்டிருந்தனர். இந்தத் தாக்குதலை ஆபரேஷன் சைலன்ஸ் என்று அழைத்தனர்.

பஸ்லுல்லா இந்த நிகழ்ச்சிக்குப் பிறகு பாகிஸ்தான் அரசின் மேல் போர் தொடுக்கப்போவதாகச் சொன்னார். சிவப்பு மசூதியின் பெயரால் தனது அழிவுகளைத் தொடர்ந்தார். நாடெங்கிலும் தற்கொலையாளிகள் நடமாடிக் கொண்டிருந்தனர். அழிவுகள் அதிகமாயின. ஜெனரல்

முஷ்ரப் 3,000 துருப்புகளைத் தாலிபனை எதிர்கொள்ள அனுப்பினார். ராணுவத்தினருக்கும் தாலிபன்களுக்கு மிடையே கடும் சண்டை ஆரம்பித்தது. தாலிபன்களின் கையே ஓங்கியிருந்தது. நவம்பர் மாதம் 10,000 துருப்புகளை அனுப்பி வைத்தார் முஷ்ரப். எங்கு பார்த்தாலும் ராணுவம். இந்தப் போர் முதலாம் ஸ்வாட் போர் என்று பின்னாளில் அழைக்கப்பட்டது. ஒருமுறை பஸ்லுல்லா ஒரு கூட்டத்தில் பேசிக் கொண்டிருந்தபோது அவரைக் கைது செய்ய முயன்றது ராணுவம். திடீரென மணல் புயல் வீசவே பஸ்லுல்லா தப்பியோடிவிட்டார். இந்தச் சம்பவம் பஸ்லுல்லாவிடம் ஏதோ மாய மந்திர சக்தி இருக்கிறது என்று மக்களை நம்ப வைத்தது. தீவிரவாதிகள் பின்னடையவில்லை. ஆனால் பாகிஸ்தான் ராணுவத்திடம் பலமான ஆயுதங்கள் இருந்தன. பஸ்லுல்லாவின் தலைமையகமான இமாம் டெரியைக் கைப்பற்றினர். டிசம்பர் மாதம் தாலிபன்களை விரட்டிவிட்டதாக ராணுவம் கூறியது. தீவிரவாதிகள் காடுகளுக்குத் தப்பியோடினர்.

வடமேற்கு பாகிஸ்தானிலிருந்த பல்வேறு தீவிரவாதக் குழுக்கள் எல்லாம் பைதுல்லா மெஹ்சூத் தலைமையில் பாகிஸ்தான் தாலிபன் (தெஹ்ரி தாலிபன் பாகிஸ்தான் & டிடிபி) என்ற பெயரில் ஒன்று சேர்ந்தன. பஸ்லுல்லா ஸ்வாட் பகுதியின் முக்கியத் தலைவர் ஆனார்.

பாகிஸ்தான் ராணுவத்தால் தாலிபன்களை முற்றிலும் வெளியேற்ற முடியவில்லை. பஸ்லுல்லாவின் வானொலி உரைகள் தொடர்ந்தன. பள்ளிச் செல்லும் சிறுமிகளின் நிலைதான் பரிதாபத்துக்கு உரியதாக இருந்தது. பஸ்லுல்லாவும் அவரது ஆள்களும் பள்ளிகளைக் குண்டு வைத்துத் தகர்த்தனர். முதலில் தகர்க்கப்பட்ட பள்ளி மட்டா என்ற இடத்திலுள்ள அரசுப் பெண்கள் ஆரம்பப் பள்ளி, ஷவார் ஜாங்கே. தொடர்ந்து பல பள்ளிகள் தகர்க்கப்பட்டன. சங்கோடா பெண்கள் கான்வென்ட் பள்ளியும் எக்செல்சியர் ஆண்கள் கல்லூரியும் தகர்க்கப் பட்டன. இரண்டுமே மிகவும் பிரபலமான பள்ளி, கல்லூரிகள். மிகவும் வேதனையான விஷயம் இதில் என்னவென்றால் தகர்க்கப்பட்ட பள்ளி களிலிருந்து நாற்காலிகள், புத்தகங்கள், கணினிகள் உள்ளூர் மக்களால் கொள்ளையடிக்கப்பட்டதுதான். ‘இறந்த உடல்களின் மேல் விழும் வல்லூறுகளைப் போன்றவர்கள் இவர்கள்’ என்று இந்தச் சம்பவங் களை நேரில் பார்த்த மலாலாவின் தந்தை மனம் வருந்தக் கூறினார்.

இதையெல்லாம்தான் மலாலா பிபிசி வலைப்பதிவில் பதிவு செய்யத் தொடங்கினாள். பஷ்டூன் நாட்டுப்புறக் கதைகளில் வரும் ஒரு பெண் கதாபாத்திரம் குல்மக்காய். இதுதான் மலாலாவின் புனைப்பெயர். இந்தப் பெயரின் அர்த்தம் சோளப்பூ. இந்தக் கதை கிட்டத்தட்ட ஷேக்ஸ்பியர் எழுதிய ரோமியோ ஜுலியட் போல. குல்மக்காய் மற்றும்

மூசா கான் இருவரும் பள்ளிக்கூடத்தில் சந்தித்து காதல் வயப் படுகிறார்கள். அவர்கள் இருவரும் வேறு வேறு இனத்தைச் சேர்ந்த வர்கள். இவர்களது காதலால் இரு இனங்களுக்கும் இடையே சண்டை மூள்கிறது. ஆனால் ஷேக்ஸ்பியர் எழுதிய கதையைப் போல இந்தக் கதைக்கு சோகமான முடிவு இல்லை. குல்மக்காய் குர்ஆனை மேற் கோள் காட்டி சண்டை நல்லதில்லை என்று எடுத்துச் சொல்கிறாள். இரு இனத்தவர்களும் சண்டையை நிறுத்தி இருவரையும் சேர்த்து வைக்கிறார்கள்.

12. மலாலாவின் நாட்குறிப்பு

இந்த நாட்குறிப்புகளை மலாலா 2009 ஆம் ஆண்டு ஜனவரி 3 ஆம் தேதியிலிருந்து எழுத ஆரம்பித்தாள். முதலில் உருது மொழியில் வெளியான இந்த நாட்குறிப்புகள் பிறகு ஆங்கிலத்திலும் மொழியாக்கம் செய்யப்பட்டன.

சனிக்கிழமை ஜனவரி 3: எனக்கு பயமாக இருக்கிறது!

ராணுவ ஹெலிகாப்டர்களும், தாலிபன்களும் நேற்று என் கனவில் வந்தனர். பயங்கரமான கனவு அது. ராணுவம் ஸ்வாட்டுக்கு வந்ததிலிருந்தே எனக்கு இந்த மாதிரியான கனவுகள் வருகின்றன. என் அம்மா எனக்குக் காலைச் சிற்றுண்டி செய்து கொடுத்தார். நான் பள்ளிக்குச் சென்றேன். சிறுமிகள் பள்ளிக்குப் போகக்கூடாது என்று தடை விதித்ததிலிருந்தே எனக்குப் பள்ளிக்குப் போக பயமாக இருந்தது. 27 மாணவர்களில் 11 பேர் தான் வந்திருந்தார்கள். தாலிபன்களின் தடை உத்தரவுக்குப் பிறகு சிறுமிகள் பள்ளிக்கு வருவது குறைந்துவிட்டது. எனது மூன்று தோழிகள் பெஷாவர், லாகூர், ராவல்பிண்டி ஆகிய இடங்களுக்குக் குடும்பத்துடன் போய்விட்டனர். பள்ளியிலிருந்து வீட்டுக்கு வரும்போது ஒரு மனிதன் 'உன்னைக் கொன்றுவிடுவேன்' என்று சொல்லிக் கொண்டிருந்தான். நான் வேகவேகமாக நடக்க ஆரம்பித்தேன். சற்று நேரம் கழித்து இன்னும் அவன் என் பின்னாலேயே வருகிறானா என்று திரும்பிப் பார்த்தேன். அவன் தொலைபேசியில் பேசிக் கொண்டிருந்தான். வேறு யாரையோ மிரட்டிக் கொண்டிருந்தான் என்று அறிந்தவுடன் ஆசுவாசப்படுத்திக் கொண்டேன்.

ஞாயிறு 4 ஆம் தேதி, ஜனவரி. பள்ளிக்குச் செல்லவேண்டும்!

இன்றைக்குப் பள்ளிக்கூடம் விடுமுறை. அதனால் மெதுவாகத்தான் காலை பத்து மணிக்கு எழுந்தேன். கிரீன் சௌக் அருகில் இன்னும் மூன்று சடலங்கள் விழுந்து கிடப்பதாக என் தந்தை சொல்லிக்கொண் டிருந்தது என் காதில் விழுந்தது. இதைக் கேட்டவுடன் வருத்தமாக இருந்தது. ராணுவ நடவடிக்கைக்கு முன் ஞாயிற்றுக்கிழமைகளில் நாங்கள் மார்கசார், பிசா காட், கஞ்சு ஆகிய பகுதிகளுக்கு சுற்றுலா போவோம். இப்போது சுமார் ஒன்றரை வருடங்களாக சுற்றுலா செல்வ தில்லை. இரவு சாப்பாடு முடிந்த பின் நடந்துவிட்டு வருவோம். இப்போதெல்லாம் சூரிய அஸ்தமனத்துக்கு முன் வீட்டுக்கு வந்துவிடு கிறோம். இன்றைக்கு வீட்டு வேலைகள் செய்தேன். என் வீட்டுப் பாடங்களை முடித்தேன். என் சகோதரனுடன் விளையாடினேன். நாளைப் பள்ளிக்கூடம் போகவேண்டும் என்று நினைக்கையில் என் இதயம் வேகவேகமாக அடித்துக்கொள்கிறது.

மலாலாவுக்கு அவர்களுடைய பள்ளியின் சீருடை மிகவும் பிடிக்கும். ஆனால் தாலிபன்களுக்கு பயந்து மாணவர்களைச் சாதாரண உடையில் வரச் சொல்லி சொல்லியிருந்தார்கள். புத்தகங்களை மேலே அணிந்து கொள்ளும் சால்வையில் மறைத்து வைத்துக் கொண்டு வரச் சொன்னார்கள். அது பற்றிய மலாலாவின் பதிவு கீழே.

திங்கள், ஜனவரி 5 – வண்ணமயமான உடைகள் அணிய வேண்டாம்!

பள்ளிக்குச் செல்லத் தயாரானேன். சீருடை அணியலாம் என்று நினைத்தபோதுதான் சாதாரண உடையில் வரச்சொல்லி பள்ளி முதல்வர் சொன்னது நினைவுக்கு வந்தது. எனக்கு மிகவும் பிடித்த பிங்க் கலர் உடையை அணிந்து சென்றேன். மற்ற சிறுமிகளும் வண்ண உடைகளை அணிந்து வந்தனர். பள்ளிக்கூடம் அன்று ஒரு வீடு போன்ற தோற்றமளித்தது. என் தோழி வந்து என்னிடம் கேட்டாள்: 'நம் பள்ளியை தாலிபன்கள் தாக்குவார்களா?' என்று. காலை நாங்கள் குழுமியபோது வண்ண உடைகள் அணியவேண்டாம் என்று கேட்டுக் கொள்ளப்பட்டோம். வீட்டுக்கு வந்த பின் டியூஷன் வகுப்புகளுக்குச் சென்று வந்தேன். மாலையில் தொலைக்காட்சியில் ஷகர்ட்ரா பகுதி யில் இருட்டடைப்பு நீக்கப்பட்டது என்று செய்தி வந்தது. எங்கள் ஆங்கில ஆசிரியை அந்தப் பகுதியிலிருந்துதான் வருகிறார். இனி அவர் பள்ளிக்கு வருவார் என்று சந்தோஷமாக இருந்தது.

மலாலாவின் பள்ளியில் எல்லோரும் குல்மக்காய் எழுதும் நாட்குறிப்பு பற்றிப் பேச ஆரம்பித்திருந்தார்கள். ஓர் சிறுமி அதன் அச்சடிக்கப்பட்ட நகலைக் கொண்டு வந்திருந்தாள். மலாலாவுக்கு அது அவள் எழுதுவது

தான் என்று சொல்லிவிடவேண்டும் போலிருந்தது. ஆனால் பிபிசி செய்தியாளர் அது அபாயகரமானது என்று சொல்லியிருந்தார். தாலிபன்கள் ஒரு சிறு குழந்தையைத் தாக்கமாட்டார்கள் என்று மலாலா நினைத்தாள். மலாலாவின் தாய்க்கு அவளது புனைப்பெயர் மிகவும் பிடித்திருந்தது. மலாலாவுக்கும் அந்தப் பெயர் பிடித்திருந்தது. மலாலா என்றால் சோகமானவள் என்று பொருள் அல்லவா? குல்மக்காயின் நாட்குறிப்பு பற்றி வெளியுலகிலும் பேச ஆரம்பித்திருந்தனர். பிபிசியில் அந்த நாட்குறிப்பை ஒரு பெண்ணை வைத்துப் பேசச் சொன்னார்கள். துப்பாக்கி, ஹெலிகாப்டர்கள், டாங்குகள் இவற்றைவிட எழுது கோலும், சொற்களும் மிகவும் வலிமையானவை என்று மலாலா வுக்குப் புரிய ஆரம்பித்தது.

ஈத் விடுமுறை முடிந்தபின் பள்ளிக்கூடம் திறந்த அன்று மலாலாவின் தந்தை நடத்தி வந்த குஷால் பள்ளியின் இரும்புக் கதவில் ஒரு கடிதம் இருந்தது. 'நீங்கள் நடத்தும் பள்ளிக்கூடம் மேற்கத்தியப் பாணியிலும் சமய நெறியற்றதாகவும் இருக்கிறது. நீங்கள் சிறுமிகளுக்கு கல்வி கற்பிக்கிறீர்கள். உங்கள் சீருடை இஸ்லாமுக்கு எதிராக உள்ளது. இதையெல்லாம் நிறுத்துங்கள். இல்லையென்றால் உங்களுக்கு இடையூறுகள் வரலாம். உங்கள் குழந்தைகள் உங்களுக்காக அழு வார்கள்' என்று அதில் எழுதியிருந்தது. ஜியாவுதீன் உடனடியாக சீருடையை மாற்றினார்.

மலாலா படித்த பள்ளியில் இருந்து சில ஆசிரியர்கள் விலகினார்கள். சிறுமிகள் பள்ளிக்குப் போவதை நிறுத்த கெடு வைத்தது தாலிபன். இந்த 21ஆம் நூற்றாண்டில் பெண்கள் படிப்பதைத் தடை செய்ய முடியுமா என்று தோன்றினாலும் அதுதான் நிஜம். நியூ யார்க் டைம்ஸ் இணையத்தளத்தில் இருந்து பத்திரிக்கையாளர்கள் வந்து மலாலா வையும் அவளது தந்தையையும் ஒரு செய்திப்படத்தில் தோன்றுமாறு கேட்டுக்கொண்டனர். ஸ்வாட் பள்ளத்தாக்கில் என்ன நடக்கிறது என்று வெளி உலகுக்குத் தெரிவிக்க அந்தப் படம் பயன்படுமென்று சொன் னார்கள். மலாலா அந்தச் செய்திப்படத்தில் தனது பள்ளியின் சீருடையைக் காண்பித்துச் சொன்னாள்: 'நான் பள்ளிக்குப் போகும் போது தாலிபன்கள் என்னைப் பிடித்து ஆப்கானிஸ்தானில் சிறுமிகள் பள்ளிக்குப் போகும் போது முகத்தில் ஆசிட் வீசியதைப் போல எனக்கும் செய்துவிடுவார்களோ என்று எனக்கு பயமாக இருக்கிறது!'

அன்று பள்ளியில் ஒரு சிறப்புக் கூட்டம் நடைபெற்றது. அதில் பள்ளியின் முதல்வர் குளிர்கால விடுமுறை ஆரம்பித்துவிட்டது என்று கூறினார். ஆனால் எப்போது பள்ளி திறக்கும் என்று சொல்லவில்லை. சில ஆசிரியர்கள் வீட்டுப் பாடங்கள் கொடுத்தார்கள். மலாலா வெளியே

வந்து தனது தோழிகளை அணைத்துக் கொண்டாள். தேர்வுகள் மார்ச் மாதத்தில் தொடங்க வேண்டும். ஆனால் அதற்குள் பள்ளி திறக்குமா என்று தெரியவில்லை. பள்ளியை விட்டு வெளியே வரும்போது ஏக்கத்துடன் பள்ளியைத் திரும்பி ஒருமுறை பார்த்தாள் மலாலா. இத்துடன் அந்தச் செய்திப்படம் முடிவடைகிறது. மலாலா செய்தியாளர் களிடம் சொன்னாள்: 'அவர்களால் என்னைத் தடுத்து நிறுத்த முடியாது. பள்ளியிலோ, வீட்டிலோ அல்லது வேறிடத்திலோ நான் கல்வி கற்பேன். இந்த உலகத்துக்கு நாங்கள் விடுக்கும் வேண்டுகோள் இதுதான். எங்கள் பள்ளிகளைக் காப்பாற்றுங்கள், எங்கள் பாகிஸ்தானைக் காப்பாற்றுங்கள், எங்கள் ஸ்வாட் பகுதியைக் காப்பாற்றுங்கள்!'

அன்று இரவு மலாலாவால் சரியாகத் தூங்க முடியவில்லை. அவளது தோழிகள் பலரும் மருத்துவர்களாக வரவேண்டும் என்று விரும்பும் போது அவள் மட்டும் ஒரு கண்டுபிடிப்பாளராக வரவேண்டும் என்று விரும்பினாள். தாலிபன்களைத் தேடித்தேடி பிடித்து அவர்களது துப்பாக்கிகளை அழிக்கும் ஒரு இயந்திரத்தைக் கண்டுபிடிக்க வேண்டும் என்று ஆசைப்பட்டாள். பள்ளிக்கூடம் காலவரையறையின்றி மூடப்பட்ட பின்னும் மலாலா தனது நாட்குறிப்புகளைத் தொடர்ந்து எழுதிவந்தாள். பள்ளிகளை மூடியபின் ஏன் அந்தப் பள்ளிகளை இடித்து தரைமட்டம் ஆக்கவேண்டும் என்று மலாலா வருத்தப்பட்டாள்.

2008 ஆம் ஆண்டு சூபி முஹம்மத் விடுதலை செய்யப்பட்டார். பஸ்லுல்லாவைவிட கொஞ்சம் நிதானமானவர் இவர் என்று சொல்லப்பட்டது. பாகிஸ்தானிய அரசுடன் ஷரியத் நெறிகளை ஸ்வாட் பள்ளத்தாக்கில் அமல்படுத்துவதாக அவர் ஓர் அமைதி ஒப்பந்தம் செய்து கொள்வார். தாலிபன்களிடமிருந்து ஸ்வாட் விடுதலை பெற்றுவிடும் என்று ஒரு நம்பிக்கை பிறந்தது. ஷரியத் நெறிமுறைகள் அமலுக்கு வந்தால் தாலிபன்களும் தங்கள் ஆயுதங்களை விடுத்து சாதாரண மக்களைப் போல வாழவேண்டும் என்று ஆகிவிடும். அப்படி நடக்கவில்லையென்றால் அவர்களின் உண்மையான நோக்கம் தெரிந்துவிடும் என்று ஜியாவுதீன் நினைத்தார்.

ஆனால் அமைதிக்கான நடவடிக்கைகள் எதுவும் மேற்கொள்ளப்பட வில்லை. பத்து வயது வரை பெண்கள் பள்ளிக்குச் செல்லலாம் என்று பஸ்லுல்லா சற்றே கருணை காட்டினார். பள்ளிகள் மீண்டும் திறந்தன. 2009 ஆம் ஆண்டு பிப்ரவரி 9 ஆம் தேதி பத்து நாள் அமைதி உடன் படிக்கைக்குச் சம்மதித்து, அமைதிக்குத் தான் தயார் என்று தெரிவிக்க ஒரு சீனப் பொறியாளரை விடுவித்தது தாலிபன். பாகிஸ்தானிய அரசு ஷரியத் நெறிமுறைகளை ஸ்வாட் பள்ளத்தாக்கு முழுக்க அமல்படுத்து வதாகவும் அதற்குப் பதிலாக தாலிபன்கள் போரை நிறுத்தவேண்டும் என்றும் ஒப்பந்தம் செய்யப்பட்டது. பிப்ரவரி 22 ஆம் தேதி நிரந்தர

அமைதி ஒப்பந்தம் ஒன்றை டெபுடி கமிஷனர் சையத் ஜாவித் அறிவித்தார். தாலிபன் வந்தபிறகு ஊரைவிட்டுப் போன ஸ்வாட்டிக்கள் அனைவரையும் திரும்பச் சொல்லி வேண்டுகோள் விடுத்தார். முஸ்லிம் கானும் நிரந்தர போர்நிறுத்தத்தை அறிவித்தார். பலியானவர்களுக்கு உதவித்தொகை கொடுப்பதாக அரசு அறிவித்தது.

ஆனால் இந்த ஒப்பந்தம் எல்லோருக்கும் சந்தோஷத்தைக் கொடுக்க வில்லை. குறிப்பாக அமெரிக்கா இது பாகிஸ்தானிய அரசு தாலிபன் களுக்கு அடிமையாகிவிட்டதை குறிக்கும் ஒப்பந்தம் என்றது. ஒரு நாள் சூபி முஹம்மது ஒரு கூட்டத்தில் பேசுவதாக இருந்தது. அரசுடன் ஏற்பட்ட அமைதி ஒப்பந்தத்தைப் பற்றிப் பேசுவார்; பள்ளிகள் திறந்து விடும்; பெண்கள் மறுபடியும் பள்ளிக்குச் செல்லாலாம் என்று கூறுவார் என்று நினைத்திருந்த மக்களை அவர் ஏமாற்றினார். 'இதோ, நாங்கள் இப்போது இஸ்லாமாபாத்துக்கு வருகிறோம்' என்று பாகிஸ்தானை அவர் மிரட்டியது பலத்த ஏமாற்றத்தைக் கொடுத்தது. அமெரிக்காவின் வார்த்தைகள் நிஜம் என்று தெரிந்தது. பாகிஸ்தானிய அரசு தங்களுக்கு பணிந்துபோய்விட்டது, எனவே தாங்கள் என்ன வேண்டுமானாலும் செய்யலாம் என்று தாலிபன்கள் நினைத்தார்கள். மே மாத ஆரம்பத்தில் பாகிஸ்தான் ராணுவம் ஆபரேஷன் ட்ரூ பாத் என்ற பெயரில் தாலிபன்களின் மேல் படையெடுத்தது. நூற்றுக்கணக்கான கமாண்டோக்கள் ஹெலிகாப்டரில் வந்து இறங்கினார்கள். இந்த முறை பொதுமக்கள் ஸ்வாட் பள்ளத்தாக்கிலிருந்து வெளியேறுமாறு கேட்டுக்கொள்ளப்பட்டனர். மே மாதம் 5 ஆம் தேதி மலாலாவும் அவளது குடும்பத்தினரும் உள்நாட்டிலிருந்து வேறிடத்துக்குச் சென்ற வர்கள் என்ற பெயருடன் ஸ்வாட் பள்ளத்தாக்கைவிட்டு வெளியேறி னர். மலாலாவின் குடும்பத்தினர் அவர்களது தாயின் சகோதரர் பையஸ் முஹம்மது குடும்பத்துடன் கர்ஷத் என்ற கிராமத்தில் தங்கியிருந்தனர். மலாலா தனது ஒன்றுவிட்ட சகோதரியுடன் அங்குள்ள பள்ளிக்குச் செல்ல ஆரம்பித்தாள்.

சுமார் மூன்று மாதங்களுக்குப் பிறகு அவர்கள் ஸ்வாட்டுக்குத் திரும்பினர். அந்த இடம் அச்சுறுத்தும் வகையில் அடியோடு மாறிப் போயிருந்தது. ஊர் முழுவதும் ராணுவ சோதனைச் சாவடிகள் முளைத் திருந்தன. வீடுகளின் மேல்தளத்தில் இயந்திரத் துப்பாக்கிகள் காணப் பட்டன. நகரம் கிட்டத்தட்ட ஆக்கிரமிக்கப்பட்டிருந்தது என்று சொல்லவேண்டும். எப்போதும் மும்முரமாக இருக்கும் பேருந்து நிலையம் வெறிச்சோடிக் கிடந்தது. வீதிகள் எங்கும் கட்டடங்களின் இடிபாடுகள். மலாலாவின் பள்ளியில் அதிக அழிவுகள் இல்லை. பள்ளியின் அலுவலக அறையில் ஒரு கடிதம் இருந்தது. தாலிபன்கள் ஸ்வாட் பள்ளத்தாக்கை ஆக்கிரமித்ததற்கு இங்கு இருக்கும்

பொதுமக்களே காரணம் என்று ராணுவம் குற்றம் சாட்டியிருந்தது. 'நாம் பல ராணுவ வீரர்களை இழந்துவிட்டோம். அதற்கு இந்த ஊர் மக்களின் அலட்சியமே காரணம். வாழ்க ராணுவம்!' என்று அந்தக் கடிதத்தில் எழுதியிருந்தது.

ஜியாவுதீன் சொன்னார்: நாம் முதலில் தாலிபன்களால் மயக்கப் பட்டோம். அவர்களால் கொல்லப்பட்டோம்; இப்போது அவர் களுக்காகப் பழியைச் சுமக்கிறோம்.

13. மதம், பெண்கள், பிற்போக்குத்தனம், வறுமை

'எந்த ஒரு போராட்டமும் ஆண்களுடன் பெண்கள் கை கோர்த்துக்கொண்டு நிற்கவில்லை என்றால் வெற்றி பெறாது. இந்த உலகத்தில் இரண்டு சக்திகள் இருக்கின்றன. முதலாவது ஆயுதங்களின் சக்தி; இரண்டாவது எழுதுகோலின் சக்தி. இந்த இரண்டுடன் மூன்றாவதாகப் பெண்களின் சக்தியும் சேரவேண்டும். முதலிரண்டு சக்திகளைவிட பலம் பொருந்தியது பெண்களின் சக்தி'

முகம்மது அலி ஜின்னாவின் வார்த்தைகள் இவை. இந்தக் கருத்தை தனது 'நான் மலாலா' புத்தகத்தில் குறிப்பிடும் மலாலா, பெண்களைச் சமூகம் நடத்தும் விதம் குறித்து சில கருத்துகளை முன்வைக்கிறாள்:

'நான் ஒரு பஷ்டூன்வாலி என்று சொல்லிக்கொள்வதில் மிகவும் பெருமைப்படுகிறேன். ஆனால் பெண்களை இவர்கள் நடத்தும் விதம் என்னுள் பல கேள்விகளை எழுப்புகிறது. எங்கள் வீட்டில் வேலை செய்த ஷாஹிதாவுக்குப் பத்து வயதாக இருக்கும்போது அவள் தந்தை அவளை ஒரு வயதானவனுக்கு விற்றுவிட்டாராம். இத்தனைக்கும் அந்த முதியவருக்கு ஏற்கெனவே திருமணம் ஆகியிருந்தது. அப்படியும் அவருக்கு ஒரு இளைய மனைவி வேண்டியிருந்ததாம். திடீரென ஒரு பெண் காணவில்லை என்றால் அவள் திருமணம் ஆகிப் போயிருப்பாள் என்று மட்டும் அர்த்தம் இல்லை. சீமா என்ற 15 வயதுப் பெண் ஒரு பையனைக் காதலித்து வந்தது எல்லோருக்கும் தெரியும். ஒரு பெண் ஓர் ஆணுடன் தொடர்பு வைத்துக் கொண்டிருப்பது அந்தக் குடும்பத்துக்கே அவமானம். ஒரு நாள் அவள் தற்கொலை செய்துகொண்டு விட்டாள் என்று செய்தி வந்தது. ஆனால்

சில தினங்களில் அவள் குடும்பத்தினரே அவளுக்கு விஷம் வைத்துக் கொன்றுவிட்டனர் என்று தெரிய வந்தது.'

'பஷ்டூன்களிடம் இருக்கும் இன்னொரு பழக்கம் 'ஸ்வரா'. அதாவது குடும்பங்களுக்கு நடுவில் இருக்கும் பகைமையைத் தீர்க்க ஒரு குடும்பத்துப் பெண்ணைத் தங்கள் பகையாளிக்குக் கொடுத்து விடுவது. பகைமையைத் தீர்த்துக் கொள்ள எதற்காக ஒரு பெண்ணின் வாழ்வைப் பணயம் வைக்கவேண்டும்? ஆப்கானிஸ்தானில் இருக்கும் பெண்கள் சத்தம் போட்டுச் சிரிக்கக்கூடாது. வெள்ளை வண்ண ஷூக்கள் அணியக்கூடாது. ஏனெனில் வெள்ளை நிறம் ஆண்களுக்குரியது. நகச்சாயம் பூசிக் கொண்டதற்காக அங்கு பெண்கள் பூட்டி வைத்து அடிப்பார்களாம். இதையெல்லாம் கேட்கும்போதே எனக்கு உடல் நடுங்கும்.'

மலாலாவுக்கு அவளது பள்ளியில் மோனிபா என்று ஒரு தோழி. மலாலா மற்ற சிறுமிகளிடம் பேசினால் அவளுக்குப் பிடிக்காது. 'நாம் பிறரிடம் பேசும்போது ரொம்பவும் கவனமாக இருக்கவேண்டும். கெட்ட நடத்தை உள்ளவர்களிடமோ, பிரச்னை ஏற்படுத்துபவர்களிடமோ நட்பு வைத்துக் கொள்ளக் கூடாது. எனக்கு நான்கு சகோதரர்கள். நான் சின்ன தப்பு செய்தாலும் அவர்கள் என்னைப் பள்ளிக்குப் போகக்கூடாது என்று நிறுத்திவிடக்கூடும்' என்று அவள் சொல்லுவாளாம்.

பள்ளியிலும் பெண்களுக்குக் கட்டுப்பாடுகள் இருந்தன என்பதற்கு ஒரு நிகழ்ச்சியைக் கூறுகிறாள் மலாலா.ஸ்வாட் பள்ளத்தாக்கிலிருந்து வெளியேறிய பின் மலாலா தனது ஒன்றுவிட்ட சகோதரியுடன் அவளது பள்ளிக்குச் சென்று கொண்டிருந்தாள். அங்கு ஒரு நிகழ்ச்சியில் பேச வேண்டியிருந்தது. அந்த வகுப்புப் பெண்கள் தங்கள் வகுப்பிலிருந்தே ஒலிவாங்கியில் பேசினார்கள். வெளியில் இருப்பவர்கள் அந்தப் பெண்களைப் பார்க்க முடியாது. மலாலா ஏற்கெனவே பல பொது விடங்களில் பேசியிருப்பதால் வெளியே வந்து பேசினாள்.

பாகிஸ்தானில் ஒரு பெண் தனக்கு சுதந்தரம் வேண்டும் என்று சொன்னால் உடனே அவள், தன் வீட்டுப் பெரியவர்களுக்கு, ஆண் களுக்குக் கீழ்படிந்து நடக்க விரும்பவில்லை என்று நினைத்துவிடு கிறார்கள். உண்மையில் அதன் அர்த்தம் பெண்கள் சொந்தமாக தங்கள் முடிவுகளை எடுக்க விரும்புகிறார்கள். பள்ளிக்குப் போகும், வேலை தேடிக்கொள்ளும் சுதந்தரம் வேண்டும் அவர்களுக்கு. குர்ஆனில் எந்த இடத்திலும் பெண் என்பவள் ஒரு ஆணைச் சார்ந்தே இருக்கவேண்டும் என்று சொல்லப்படவில்லை.

‘கிராமத்துக்குப் போகும்போது எனது நடை, உடை, பாவனைகள் விமரிசிக்கப்படும். நான் கால்களில் எப்பொழுதும் செருப்பு அணிந்திருப்பேன். வீட்டில் தைத்த உடைகளை அணியாமல் தயார் நிலை உடைகளையே அணிவேன். கிராமத்தில் இருக்கும் பெண் களைப் போல வெளியே போகும்போது நான் முகத்தை மூடிக் கொள் வதில்லை. இங்கிருப்பவர்கள் என்னை நவீனப் பெண் என்று நினைக் கிறார்கள். ஆனால் இஸ்லாமாபாத், பெஷாவர் நகரங்களில் இருப்ப வர்கள் என்னை நாகரிகம் அறியாதவளாக எண்ணக்கூடும்’.

பாகிஸ்தானில் பெண்களின் நிலை இடத்துக்கு இடம், மாநிலத்துக்கு மாநிலம், நகரம், கிராமம் என்று வேறுபடுகிறது. சமச்சீரற்ற சமூகப் பொருளாதார வளர்ச்சி, பழங்குடி இனத்தவர்கள் வாழும் பகுதி, முதலாளித்துவ, நிலப்பிரபுத்துவ சமூக அமைப்பு ஆகியவையும் பெண்களின் நிலைமையைத் தீர்மானிக்கின்றன. முன்பிருந்த நிலையை விட இப்போது பெண்களின் நிலைமை பரவாயில்லை என்று சொல்லலாம். ஆனாலும் ஆண்களுடன் ஒப்பிட்டுப் பார்க்கும்போது பெண்களின் நிலை இறங்குமுகம் என்றே சொல்லவேண்டும். மத அமைப்புகள் பொதுமக்களுடன் சேர்ந்து பெண்களுக்கு எதிரான வன்முறைகளைக் கண்டனம் செய்கின்றன; மரியாதைக் கொலைக்கு எதிராக கருத்துக்களை தெரிவிக்கின்றன. ஆனால் முன்னேற்றங்கள் ஆமை வேகத்தில்தான் நடக்கின்றன. லாகூரில் பெண்கள் போக்கு வரத்துக் காவலாளிகளாக இருக்கிறார்கள். காவல்துறையில் பெண் களின் எண்ணிக்கையை அதிகப்படுத்த முயற்சிகள் செய்கிறார்கள். பெண்களின் மேல் வன்முறையைத் தூண்டிவிடுபவர்களுக்குக் கடுமை யான தண்டனை கிடைக்கிறது. பைசலாபாத்தில் ஒரு பெண்ணின் மேல் ஆசிட் ஊற்றியவனுக்கு 42 ஆண்டுகள் சிறைத் தண்டனை விதித்திருக்கிறது நீதிமன்றம்.

பாகிஸ்தானில் பெண்கள் நிலைமை பற்றி வரலாறு என்ன கூறுகிறது என்று பார்ப்போம்.

19 ஆம் நூற்றாண்டில் பல பெண்ணிய இயக்கங்கள் கிழக்காசிய முஸ்லிம் பெண்களுக்கு எதிராக நடக்கும் சமுதாயத் தீமைகளுக்கு எதிராகக் குரல் கொடுக்க ஆரம்பித்தனர். சையத் அஹ்மத் கான் போன்ற சீர்திருத்தவாதிகள் பெண்களுக்குக் கல்வி வேண்டும் என்றும், பலதார மணத்தைக் கட்டுப்பாட்டில் வைக்க வேண்டும்; பெண்களுக்குப் பலவகையில் கல்வி மூலம் சுதந்தரம் கொடுக்க வேண்டும் என்றும் முயற்சிகள் மேற்கொண்டார். முகம்மது அலி ஜின்னா பெண்களைப் பற்றிய நேர்மறையான எண்ணங்களைக் கொண்டிருந்தார். பாத்திமா ஜின்னாவால் தொடங்கப்பட்ட பெண்ணிய அமைப்பும் அத்தகைய பிற

அமைப்புகளும் பெண்களுக்கு எதிரான சமூகப் பொருளாதார அநீதிகளை ஒழிக்கப் பாடுபட்டன. இந்த அமைப்புகளில் பாகிஸ்தான் தலைவர்களின் மனைவிகளும், பிற உறவினர்களும்கூட முக்கியப்பங்கு வகித்தனர். 1947 ஆம் ஆண்டில் பாகிஸ்தானியப் பெண்கள் வாக்குரிமை பெற்றனர். பெண்களுக்கென்று நாடாளுமன்றத்தில் இட ஒதுக்கீடு பாகிஸ்தானிய அரசியலமைப்பு வரலாற்றில் 1956 ஆம் ஆண்டிலிருந்து 1973 வரை இருந்தது.

ஜுல்பிகர் அலி புட்டோ (1970-1977)

இவரது ஆட்சிக் காலம் பெண்களைப் பற்றிய தாராள மனப்பான்மை நிலவிய காலம். அரசு சேவைகள் எல்லாம் பெண்களுக்காகத் திறக்கப் பட்டன. பத்து சதவிகித இடங்கள் தேசிய கூட்டமைப்பிலும், ஐந்து சதவிகிதம் மாகாண கூட்டமைப்புக் குழுவிலும் பெண்களுக்காக ஒதுக்கப்பட்டன. இடஒதுக்கீடுகள் தவிர பொதுவிலும் பெண்கள் போட்டியிடலாம் என்று சொல்லப்பட்டது. மாநில மேலாண்மைக் குழுவிலும், வெளிநாட்டுச் சேவையிலும் பெண்களுக்கு வாய்ப்புகள் அளிக்கப்பட்டன. பாலியல் சமஉரிமை என்பது பாகிஸ்தான் அரசிய லமைப்பில் 1973 இல் மேற்கொள்ளப்பட்டது. கூடுதலாக திருமணம், குடும்பம், தாய் சேய் பாதுகாப்பு ஆகியவை அரசியலமைப்பில் சேர்க்கப்பட்டன. பாலியல் சமத்துவம்,பாலியல் சார்ந்த பாகுபாடுகள் இல்லை என்று அரசியல் அமைப்பு சொன்னாலும், இஸ்லாத்தின் சட்டதிட்டங்கள் அரசியலமைப்பைவிட உயர்ந்தவை என்று பல நீதிபதிகள் நீதிமன்றத்தில் தீர்ப்பு அளித்தனர்.

1975ல் ஒரு பெண்கள் பிரதிநிதிக் குழு மெக்சிகோவில் நடைபெற்ற முதல் பெண்கள் உலக மாநாட்டில் கலந்து கொண்டது. இதன் பலனாக முதல் பெண்கள் உரிமைக் குழு ஒன்று பாகிஸ்தானில் அமைக்கப் பட்டது.

ஜியா-உல்-ஹக், புட்டோவின் ஆட்சியைக் கவிழ்த்துவிட்டு அரசைக் கைப்பற்றினார். எல்லாவற்றையும் இஸ்லாமியமயம் ஆக்குவதாகச் சொல்லி பெண்களின் உரிமைகளைப் பறித்தார். சரியான சாட்சியங்கள் இல்லாததால், 13 வயதுப் பெண் பாலியல் பலாத்காரம் செய்யப்பட்டு கர்ப்பம் ஆனது கூட அவளது குற்றமே என்று சொல்லிசிறையில் அடைத்தனர். நான்கு ஆண்கள் சாட்சியம் சொல்லவேண்டும் என்றார்கள். அவளால் நான்கு பேரைக் கூட்டிக்கொண்டு வர முடிய வில்லை. எனவே அவள் பாலியல் தொழில் செய்தவள் என்று முடிவு செய்யப்பட்டு நூறு கசையடிகளும் மூன்று வருட கடுங்காவல் வாசமும் விதிக்கப்பட்டன. பெண்களின் சாட்சியங்கள் ஏற்றுக்கொள்ளப்பட

வில்லை. ஆணின் அனுமதி இல்லாமல் பெண்களால் வங்கிக் கணக்கு ஆரம்பிக்க முடியவில்லை. பெண் ஹாக்கி விளையாட்டு வீராங்கனைகள் இனி குட்டை உடை அணிந்துகொண்டு ஆடக்கூடாது என்றும் தொள தொள பேகி உடை அணியவேண்டும் என்றும் சொன்னார் ஜியா. பெண்கள் ஆடும் சில விளையாட்டுகள் முற்றிலுமாக நிறுத்தப்பட்டன.

1988 ஆம் ஆண்டு பெனசீர் புட்டோ பாகிஸ்தானின் முதல் பெண் பிரதமர் ஆனார். ஒரு முஸ்லீம் நாட்டின் தலைமைப் பொறுப்பில் அமர்ந்த முதல் பெண்மணியும் இவரே. தான் தேர்ந்தெடுக்கப்பட்டால் பெண்களின் உரிமைக்கு முதலிடம் கொடுப்பதாக வாக்குறுதி அளித்தார். பெண்கள் நிர்வகிக்கும் காவல் நிலையங்கள், நீதிமன்றங்கள், வளர்ச்சி வங்கிகள் அமைப்பேன் என்றும் சொன்னார். ஜியாவின் காலத்தில் நடை முறைக்கு வந்த பெண்களுக்கு எதிரான சில திட்டங்களைத் திரும்பப் பெறுவேன் என்றும் சொன்னார். இரண்டுமுறை பிரதமராகத் தேர்ந் தெடுக்கப்பட்டும், முழு பதவிக்காலம் வரை அவரால் நிலைத்திருக்க முடியவில்லை. அதனால் அவரது திட்டங்களும் செயல்படுத்தப் படாமலேயே இருந்தன.

மதத்தீவிரவாதமும் பிற்போக்குத்தனமும்

பெண்கள் மதத்தின் பெயரால் எப்படி ஒடுக்கப்படுகிறார்கள் என்பதை சோஷலிஸ்ட் வொர்ல்ட் இணையத்தள கட்டுரை ஒன்று ஆதாரபூர்வ மாகச் சுட்டிக்காட்டுகிறது.

பெண்கள் தங்கள் விருப்பப்படி திருமணம் செய்வதை மதத் தீவிரவாதிகள் எதிர்க்கிறார்கள். பலுசிஸ்தான் ஜப்ராபாத் மாநிலத்தில் 5 பெண்கள் குடும்பப் பெரியவர்களின் விருப்பத்துக்கு மாறாக தாங்கள் விரும்பியவர்களை மணந்ததற்காகச் சுடப்பட்டு உயிருடன் புதைக்கப் பட்டனர். தங்கள் பழங்குடி இனத்தில் வழிவழியாக வரும் மரபுகளை இவர்கள் எதிர்த்ததுதான் இவர்கள் செய்த குற்றம். இந்தச் சம்பவம் உலகெங்கிலும் அதிர்ச்சியை ஏற்படுத்தியதுடன் மரபு என்ற பெயரில் பெண்களின் சுதந்தரம் பறிக்கப்படுவதையும் முன்னிலைக்குக் கொண்டு வந்தது. பாகிஸ்தான் முழுவதிலும் இதைப்போன்ற நிகழ்வுகள் நாள் தோறும் நடந்து வருகின்றன. அதே சமயம், அரசு சாரா நிறுவனங்களில் பணிபுரியும் பெண் ஆரோக்கிய சேவகிகள், ஆசிரியைகள், பெண்கள் 'ஒழுக்கநெறிகளை' சரிவரக் கடைபிடிக்காதவர்கள் என்று மதத் தீவிர வாதிகளால் முத்திரை குத்தப்பட்டுக் கொல்லப்படுகிறார்கள்.

இந்தத் தீவிரவாதிகள் தாங்கள் மனிதகுலத்தை விடுவிக்க வந்தவர்கள் என்று சொல்லிக்கொள்கிறார்கள். இந்தக் காட்டுமிராண்டிகள் பெண்கள் பாலியல் தொழிலில் ஈடுபடுவதாக அவர்கள் மேல் பழி

சுமத்துகிறார்கள். தங்களுக்கென்று இஸ்லாமியச் சட்டதிட்டங்களை வகுத்துக்கொண்டு அவற்றை ஒரு தவறும் புரியாத அப்பாவி மக்களின் மேல் திணிக்க முயல்கிறார்கள். பள்ளிக்கூடங்களை மூடுகிறார்கள்; அவற்றைத் தகர்க்கிறார்கள். தனியார் மற்றும் பொதுத்துறைகளில் பெண்கள் வேலை செய்வதைத் தடை செய்கிறார்கள். பாகிஸ்தானில் பெண்கள் தங்கள் அடிப்படை உரிமைகளை இழந்துவிட்டனர். பல இடங்களில் பெண்கள் பல நூறு வருடங்களுக்கு முன்பிருந்த பழைய மரபுகளைப் பின்பற்றும்படி கட்டாயப்படுத்தப்படுகிறார்கள். மதத் தீவிரவாதம் பெண்களின் வாழ்க்கையை மேலும் சிக்கலாக்குகிறது. கடைகளுக்குச் செல்லக்கூடாது; தலையிலிருந்து கால்வரை உடம்பை மூடிக்கொண்டு இருக்கவேண்டும். அரசியலில் எந்தவிதப் பங்கும் கிடையாது. தேர்தல்களில் வாக்குரிமையும் மறுக்கப்படுகிறது.

இந்தத் தீவிரவாதிகளும் பழங்குடி இனத்தைச் சார்ந்த வயது முதிர்ந்தவர்களும் பெண்களைத் தங்கள் குடும்பத்தின் கௌரவமாக, மரியாதையாக நினைக்கின்றனர். வெளியாட்கள் யாரும் தங்கள் குடும்பப் பெண்களின் முகத்தைப் பார்க்கக்கூடாது. பெண்கள் அந்தக் குடும்ப ஆண்களின் சொத்து அதனால் அவர்களை தங்கள் விருப்பபடி நடத்தலாம் என்று அந்த வீட்டு ஆண்கள் நினைக்கிறார்கள். தங்கள் கௌரவம், மரியாதை ஆகியவற்றைக் காப்பாற்ற பெண்களை வீட்டுக்குள் பூட்டி வைக்கிறார்கள். சமுதாயத்தில் கெட்ட ஒழுக்கம், பாலியல் தொழில், அநாகரிகம் போன்றவையெல்லாம் பெண்கள் தூண்டுதலால்தான் நடைபெறுகின்றன என்று நினைக்கிறார்கள். அதனால் பெண்களைச் சமூக அரசியல் பொருளாதார வாழ்க்கையிலிருந்து தூரத் தள்ளி வைப்பதாக இந்தத் தீவிரவாதிகள் விவாதம் செய்கிறார்கள்.

டான் என்ற இணையத்தளத்தில் ஹில்டா சயீத் என்பவர் பொருளாதார இழப்பினால் பாகிஸ்தானிய பெண்களின் நிலை எப்படிப் பாதிக்கப் பட்டிருக்கிறது என்பதை அலசுகிறார்.

ஹஜ்ரா, கதிஜா, சகினா மூவரும் கராச்சியில் வாழ்ந்து வரும் தோழிகள்; அண்டைவீட்டுக்காரர்கள். ஹஜ்ராவின் கணவன் அவளால் ஓர் ஆண் பிள்ளையைப் பெற்றுத் தர இயலவில்லை என்று காரணம் காட்டி மூன்று பெண் குழந்தைகளுடன் - கடைசி குழந்தைக்கு 6 மாதங்கள் - அவளைக் கைவிட்டுவிட்டான். கதிஜாவின் கணவன் போதை மருந்துக்கு அடிமை ஆனவன். இருப்பதைவிட இல்லாமல் இருப்பதே நல்லது. ஒரு பெண், ஒரு ஆண் என்று சின்னக் குழந்தைகளுடன் தினசரி வாழ்க்கையே போராட்டம்தான். தன் பிள்ளையும் தகப்பனைப் போல ஆகிவிடுவானோ என்ற அச்சத்தில் வாழ்ந்து கொண்டிருக்கிறாள் கதிஜா. சகினா விவாகரத்து ஆனவள். இளம் குழந்தைகளை

வைத்துக்கொண்டு கணவனின் ஆதரவு இல்லாமல் வாழ்ந்து வருவதால் தொடர்ந்து வேலைக்குச் சென்று கொண்டிருக்கிறாள்.

பாகிஸ்தானில் வாழும் பல்லாயிரக்கணக்கான பெண்களில் இவர்கள் மூவரும் ஒரு சிறு துளி. கடும் வறுமையில் வாழ்ந்து வருபவர்கள் இந்தப் பெண்கள். பாகிஸ்தானிய ஏழைகளில் பெண்கள் பெரும்பாலான வர்கள். உலகளவில் 1.29 பில்லியன் மக்கள் பரிபூரண ஏழைமையில் வாழ்கிறார்கள். இதில்70 சதவிகிதம்பேர் பெண்கள். பாகிஸ்தானிலும் இதே நிலைமைதான். தேசிய மக்கள் கணக்கெடுப்பு இல்லாத நிலையில் உண்மை நிலை என்ன என்று தெரியவில்லை. வறுமை என்பதை கணக்கெடுப்பது கடினம். எந்த அளவுகோலைக் கொண்டு வறுமையை அளப்பது? 60.3 சதவிகிதம் மக்களின் தினசரி வருமானம் 2 டாலர். படிக்கும் வயதில் இருக்கும் 71 சதகிவிதம் பெண்கள் நடுநிலைப் பள்ளிப் படிப்புப் படிக்காதவர்களாக இருக்கிறார்கள். பாலியல் ஏற்றத்தாழ்வுகள் வறுமையை உருவாக்குகின்றன. பெண்களே வறுமையால் அதிகம் பாதிக்கப்பட்டவர்கள். ஏழைமையினால் சமுதாயத்தில் பலவீனமானவர் களாகவும், அரசியலில் எந்தப் பங்கும் ஏற்க முடியாதவர்களாகவும், வறுமைக்கு இலக்கானவர்களாகவும் இருக்கிறார்கள் பெண்கள்.

வறுமைக்குக் காரணமாக ஊழல், கள்ள மூலதனம்,கடன் மற்றும் கடன் நிபந்தனைகள், உயரும் பாதுகாப்புச் செலவு, இப்போது தீவிரவாதம் போன்றவற்றைப் பொதுவாகக் கூறலாம். தஹீரா அப்துல்லாவின் வார்த்தைகளில் ‘வறுமைக்கு ஒரு பெண்ணின் முகம் இருக்கிறது’. பெண்களுக்கு மூன்று விதமான சுமைகள்: குழந்தையை வயிற்றில் சுமத்தல், குழந்தை வளர்ப்பு, கூலி இல்லாத வேலைக்காரியாக வீட்டு வேலைகளை செய்த வண்ணம் இருப்பது. முன்னேற்றத்துக்கு வாய்ப்பு கிடைக்காமை, போதுமான அளவு ஆரோக்கிய பாதுகாப்பு இல்லாமை, கல்வியோ வருமானமோ இல்லாமை இவையெல்லாம் தவிர கலாசாரம், பிற்போக்குத்தனம் ஆகியவையும் சேர்ந்து அவர்களை வறுமையில் தள்ளுகின்றன.

பெண்களின் வறுமை என்பது பன்முகங்களைக் கொண்டது. வருமானம் இல்லாமை மட்டுமல்ல; நல்ல போஷாக்கு, ஆரோக்கியம் ஆகியவையும் கிடைப்பதில்லை. கல்வி மறுக்கபடுவதால் போதுமான அளவு வருமானம் ஈட்ட முடியாமல் போவதுடன் கூட அவர்களுக்குள் இருக்கும் திறமையைக்கூட வளர்த்துக்கொள்ள முடியாமல் போகிறது. போதாக்குறைக்கு ஆணாதிக்க, பெண் வெறுப்பாளர்களைக் கொண்ட சமுதாயமாகவும் இருக்கிறது. பெண் என்பதாலேயே ஒதுக்கப்படு கிறார்கள். பாலியல் வன்முறைக்கு தினசரி ஆளாகும் வாழ்க்கையைக் கொண்டவர்களே அதிகம்.

வறுமையின் அளவுகோல் அதிகரித்துக்கொண்டே போகிறது. பரிதாப மான சமூகப் பொருளாதார ஏற்றத்தாழ்வுகள், வீட்டிலேயே வறுமை காரணமாக ஒதுக்கப்படுதல், சமுதாயத்தினால் ஒட்டுமொத்தமாக விலக்கப்படுதல் என்று பெண்களின் நிலைமை சொல்லில் அடங்காது. வீட்டுத் தலைவியாக அங்கீகாரம் கிடையாது. வயல்களில் வேலை செய்வதற்குக் கூலி கிடையாது. அவர்களது உழைப்பு வருமானம் இல்லாமல் சுரண்டப்படுகிறது.

பெண்களின் முன்னேற்றம், வளர்ச்சி பற்றி ஒரு கலவையான சித்திரத்தையே நடப்பு அரசியல் காட்டுகிறது. ஒரு பக்கம் பெண்களின் முன்னேற்றத்துக்கான சட்டதிட்டங்கள், அவற்றின் திருத்தங்கள், பெனசிர் வருமான ஆதரவு திட்டங்கள் போன்ற பரவலான பாதுகாப்பு அளவீடுகள், பள்ளிகளில் அதிகரித்து வரும் பெண்களின் சேர்க்கை போன்றவை நடைபெறுகின்றன. இன்னொரு பக்கம் இந்தச் சட்ட திட்டங்களை அமல்படுத்துவதில் அதிகாரிகள் காட்டும் மெத்தனத்தை யும் சுட்டிக்காட்டவேண்டியிருக்கிறது. பெண்களின் உரிமைகளுக்கும் முன்னேற்றத்துக்கும் கண்ணை மூடிக்கொள்ளும் சமுதாயம். பெண் களுக்கான அங்கீகாரம் வேண்டும், அவர்களும் நாட்டின் குடிமக்கள் என்பதை ஒப்புக்கொள்ள மறுக்கிறது.

பெண்கள் முன்னேற வேண்டும், பொருளாதாரத்தில் பங்கு கொள்ள வேண்டும் என்றால் அவர்களுக்குக் கல்வி, பயிற்சி போன்றவற்றில் சமஉரிமை கொடுக்கப்பட வேண்டும். நகரங்களில் மட்டுமல்லாமல் கிராமப்புற பெண்களுக்கும் சமமான கௌரவம், வருமானம் வேண்டும். பாதிக்கும் குறைவான ஜனத்தொகையின் முயற்சியில் பாகிஸ்தான் முன்னேற முடியாது.

பள்ளிக்குழந்தைகளின் நிலை

மாலிக் சிராஜ் அக்பர் என்பவர் ஹஃபிங்டன் போஸ்ட் இதழில் எழுதிய கட்டுரையின் சில முக்கியப் பகுதிகள்.

மதத் தீவிரவாதிகளின் முதல் குறி பள்ளிக்குழந்தைகள் என்று சொல்லலாம். உள்ளூரிலேயே மதத் தீவிரவாதம் தலையெடுத்தபின் இவர்கள் பள்ளிக் குழந்தைகளைத் தங்கள் வழிக்குக் கொண்டுவர எல்லா முயற்சிகளும் மேற்கொள்கிறார்கள். பதின்ம வயது சிறுவர்கள் தற்கொலைப் படையாட்களாக உருவாக்கப்படுகிறார்கள். மேலும் பல மாணவர்கள் பகைமை, வன்முறை இலக்கியங்களைப் படிக்கிறார்கள். இவர்களது பாடப்புத்தகங்களில் போரும், போரில் ரத்தம் சிந்துதலும் பெருமையாகச் சித்தரிக்கப்படுகின்றன. அரசுப் பள்ளிகளில் படிக்கும் மாணவர்கள் பெரும்பாலும் நடுத்தர வகுப்பை சேர்ந்தவர்கள்.

பள்ளிக்குழந்தைகளுக்கு இஸ்லாம் மட்டுமே மதமாகப் போதிக்கப் படுகிறது. ஒரே ஒரு பாடம் புத்த மதத்தைப் பற்றியது. வேறு எந்த மதங்களைப் பற்றியும் அவர்கள் படிப்பதில்லை. பாடப்புத்தகங்களில் போர் கதைகள் சொல்லப்படுகின்றன. போர் வீரர்கள் முன்மாதிரி களாகவும், நாயகர்களாகவும் சித்தரிக்கப்படுகின்றனர். அமெரிக்கா வின் இரட்டை கோபுரங்கள் தாக்கப்பட்டபின் பாகிஸ்தானிய இளை ஞர்கள் பலமான மன அழுத்தத்துக்கு ஆளானார்கள். ஒரு பக்கம் உலகம் முழுவதும் பரவி வரும் தீவிரவாதத்துக்கு பாகிஸ்தானே காரணம் என்ற குற்றச்சாட்டு. இன்னொரு பக்கம் உள்ளூர் மதத்தீவிரவாதிகள்.

படித்த பாகிஸ்தானியப் பெண்கள் நாட்டின் நிலையை மாற்ற முயற்சிக் கிறார்கள். சமீனா ஒரு சமூக சேவகி. இவரது வேலை மதம் சம்பந்தப் பட்ட கல்வி போதிக்கும் பள்ளிகளுக்குச் சென்று அங்கிருக்கும் குழந்தைகளுக்கு அமைதியை போதிப்பது. மதத் தீவிரவாதம் நல்ல தல்ல என்று புரியவைப்பது. இந்த மாதிரியான பள்ளிகளுக்குச் சென்ற பிறகுதான் அவருக்கு ஒரு விஷயம் புரிந்தது. அதாவது இந்தப் பள்ளிகள் எல்லாம் ஜிஹாதிகளின் சார்பில் அவர்களது கொள்கை களைப் பரப்புவதற்காகவே நடத்தப்படுகின்றன. இந்த அப்பாவி இளம் சிறார்களைத் தற்கொலை குண்டுதாரிகளாகத் தேர்ந்தெடுத்து பயிற்சி கொடுப்பதே அவர்களுடைய முக்கிய நோக்கம்.

2002 ஆம் ஆண்டு சமீனா அமைதிக் கல்விக்கான பாடத்திட்டத்தை அறிமுகம் செய்து வைத்தார். ஒருவர் மேல் ஒருவர் வைக்கும் நம்பிக்கை, பொறுமை, மற்ற மதங்களின் மேலும், கலாசாரத்தின் மேலும் மரியாதை முதலியன இந்தப் பாடத்திட்டத்தில் போதிக்கப் பட்டன. ஆரம்பத்தில் சமீனா மேற்கத்திய நாடுகளின் பிரதிநிதியாகவே பார்க்கப்பட்டார். உள்ளூர் அரசும் இவரைப் போன்றவர்களை முதலில் பொருட்படுத்தவில்லை. சமீனாவின் பிரசாரம் பள்ளிப் புத்தகங்களை மறுஆய்வு செய்ய வைத்தது. சமீனாவைப் போன்ற படித்த பெண்கள் இருபது பேர் சேர்ந்து பெண்களும் அமைதியும் என்ற கூட்டமைப்பை உருவாக்கினர். 'சமுதாயத்தில் மாற்றம் கொண்டுவர பெண்கள்தான் சக்தி வாய்ந்தவர்கள்' என்கிறார் பெண்களும் அமைதியும் இயக்கத்தின் தேசிய ஒருங்கிணைப்பாளர் தலைவர் மொசராத் காதீம். தற்கொலை குண்டுதாரிகளைக் கண்டுபிடித்து அந்த சிறுவர்களின் தாயார்களின் உதவியுடன் அந்தச் சிறுவர்களிடம் பேசுகிறார் மொசராத். இவரது அயராத முயற்சி பல நூறு சிறுவர்களின் வாழ்க்கையை மாற்றியிருக் கிறது. அவர்கள் இயல்பான வாழ்க்கைக்குத் திரும்பியிருக்கிறார்கள்.

பெண்களுக்கு அடிப்படை உரிமைகள்கூட மறுக்கப்படும் ஒரு நாட்டில் மதத் தீவிரவாதத்துக்கு எதிராக உருவாகியுள்ள படித்த பெண்களின்

கூட்டணி ஆச்சரியமானது. இது நிச்சயம் ஆறுதலான வளர்ச்சியும்கூட. 'பாகிஸ்தானின் பிரச்னைகள் நாட்டுக்குள்ளேயே இருப்பவை. இதனை இந்நாட்டின் பொது மக்கள் புரிந்து கொள்ளவேண்டும். வேறு எந்த நாட்டின் தலையீடும் பாகிஸ்தானை மாற்ற முடியாது, பாகிஸ்தானியர்கள் அவர்களாகவே தங்களை மாற்றிக்கொள்ள வேண்டும்' என்கிறார் சமீனா.

இந்தப் பின்னணியைப் புரிந்துகொண்டு மலாலாவின் மனஉறுதியையும் போராட்டத்தையும் மதிப்பிடும்போது அவள்மீதான நம் மரியாதை மேலும் விரிவடைகிறது. மலாலாவின் தன்னம்பிக்கையும் துணிச்சலும் வியக்க வைக்கிறது. மதத் தீவிரவாதிகள் பெண்களை அடக்கியாள நினைக்கும்போது தனியொருவராக மலாலா அவர்களுக்கு எதிராகக் குரல் கொடுப்பது உண்மையிலேயே அபூர்வமானது.

14. ஒரு புதிய தொடக்கம்

'வீரம் என்பது நம் (பஷ்டூன்வாலிகளின்) ரத்தத்தில் ஓடுகிறது' என்பாராம் மலாலாவின் தந்தை ஜியாவுதின். இந்த வார்த்தைகளைப் பலவிதங்களிலும் நிரூபித்திருக்கிறாள் மலாலா. அவள் சாதித்தது என்ன என்பதைச் சுருக்கமாகத் தொகுத்துப் பார்ப்போம்.

- குழந்தைகளின் கல்வி உரிமை பற்றி உலகெங்கிலும் பேசுவதற்கான ஒரு சிறு பொறியைத் தூண்டினாள். உலகில் 57 மில்லியன் குழந்தைகளுக்குப் படிப்பதற்கு வாய்ப்பு இல்லை என்ற உண்மையை வெளிச்சத்துக்குக் கொண்டுவந்தவளே மலாலாதான்.

  மலாலாவின் மனத்தை நெகிழ்த்தும் பேச்சைக் கேட்டு ஐக்கிய நாடுகளின் பொதுகூட்டமைப்பின் தலைவர் வுக் ஜெரெமிக் கூறினார்: இன்றைக்கு நாம் சுமார் நூறு நாடு களிலிருந்து வந்திருக்கும் இளம் வயதினருடன் இணைந்து 'எந்தக் குழந்தையும் தான் பிறந்திருக்கும் இடம், தனது பாலினம், தனது இயலாமை, தனது மொழி, செல்வம், இனம் இவற்றால் தனக்கு கல்வி கற்க முடியவில்லை என்று பள்ளிக்கு செல்லாமல் இருக்கக்கூடாது' என்று சொல்வதில் உறுதியாக இருப்போம்'.

- ஐக்கிய நாடுகள் சபையில் சமர்ப்பிக்கப்பட்ட 'மலாலா மகஜர்' மூன்று மில்லியன் பேரால் கையெழுத்திடப் பட்டது. இந்த மகஜரில் ஐக்கிய நாடுகள் சபையின் புத்தாண்டுகள் அபிவிருத்தி திட்டத்தின் இரண்டாவது குறிக்கோளான 'உலகம் முழுவதும் குழந்தைகளுக்கு ஆரம்பக்கல்வி' என்பதை மறுஉறுதி செய்யவேண்டும் என்று கேட்டுக்கொள்ளப்பட்டது. இந்த மகஜரில் முதலில் கையெழுத்திட்டுத் தொடங்கி வைத்தாள் மலாலா.

- அவளது பயமற்ற அஞ்சாநெஞ்சம் எல்லோரையும் ஈர்க்கிறது. 11 வயதில் தனது சொந்த நாட்டில் நிலவும் தாலிபன்களின் அராஜகத்தை நாட்குறிப்பு எழுதியதன்மூலம் உலகுக்குச் சொன்னவள். தாக்கப்பட்டதற்குப் பின்னும் பயமில்லாமல் தனது கொள்கையில் உறுதியுடன் இருந்தவள். எத்தனை இடர் வந்தாலும் எடுத்தக் காரியத்தில் பின்வாங்கக்கூடாது என்பதில் தெளிவாகவும் ஒரு முன்னுதாரணமாகவும் இருந்தவள். வார்த்தைகள்மூலம் மட்டுமின்றி செயலளவிலும் சாதிக்கும் நோக்கத்துடன் மலாலா நிதியத்தைத் தொடங்கி நடத்திவருகிறாள்.

- நமக்கெல்லாம் மன்னிக்கக் கற்றுத்தந்தவள். 'என்னைத் தாக்கிய தாலிப்பை நான் வெறுக்கவில்லை. என் கையில் ஒரு துப்பாக்கி இருந்து அவன் என் முன்னே நின்றிருந்தாலும் அவனை நான் சுட்டிருக்க மாட்டேன்' என்றவள்.

- ஒரு நல்ல விஷயத்துக்காகப் போராட வயது ஒரு தடையில்லை, அநீதியை எதிர்க்க வயது ஒரு எல்லையில்லை என்று காட்டியவள்.

- அவளது கதை மூலம் உலகத்திலுள்ள எல்லாக் குழந்தைகளுக்கும் அவள் சொல்வது இதுதான்: 'அதுதான் கிடைத்துவிட்டதே என்று எதையும் லேசாக எடுத்துக் கொள்ளாதீர்கள்'. தினசரி வாழ்க்கையே பல ஆயிரக்கணக்கான குழந்தைகளுக்குக் கடினமாக இருக்கிறது என்பதை நாம் மறந்துவிடக்கூடாது.

- அறியாமையையும் தீவிரவாதத்தையும் எதிர்த்து புத்தகங்களையும் எழுதுகோல்களையும் கையில் ஏந்திப் போராடுங்கள் என்று நம் எல்லோருக்கும் சொல்கிறாள்.

- பெண் கல்விக்காகவும், பெண் உரிமைக்காகவும் அமைதியான முறையில் தீர்வு காணமுடியும் என்பதில் உறுதியுடன் இருக்கிறாள்.

பாகிஸ்தானில் மலாலா ஓர் உதாரணச் சிறுமியாக இருப்பதில் அதிசயம் ஏதும் இல்லை என்றே தோன்றுகிறது. அவளது மீள்திறன் எல்லோரையும் அதிசயிக்க வைக்கிறது. தனது உயிருக்கு ஆபத்து வந்தபோதும், பல மாதங்கள் பல அறுவை சிகிச்சைகள் செய்துகொண்ட பிறகும் போராடிப் பிழைத்து எழுந்தது அவளது போராட்டக் குணத்தை காட்டுகிறது. வலதுசாரி தீவிரவாதிகள் மலாலாவை அமெரிக்காவின் உளவாளி என்று முத்திரை குத்தியபோதும், கராச்சியில் இருக்கும் பஷ்டூன் இளம் பெண்களுக்கு, கல்வி வேண்டும் என்று போராடும் மலாலாவின் போராட்டம் நிச்சயம் எழுச்சியூட்டுவதாகவே இருக்கிறது. மலாலா எழுதிய நாட்குறிப்பு அவர்களையும் தினசரி நடவடிக்கைகளை எழுத வைத்திருக்கிறது. படிக்கவேண்டும் என்கிற தங்களது கனவுகளையும் எல்லோருடனும் பகிர்ந்துகொள்ள வைத்திருக்கிறது.

டீச் ஃபார் பாகிஸ்தான் என்ற அமைப்பின் கீழ் பணிபுரியும் ஓர் ஆசிரியை தனது 13 வயது மாணவிகளுக்கு மலாலாவின் நாட்குறிப்பு களைப் படித்துக் காண்பிக்க ஆரம்பித்தார். 200 மாணவர்கள் படிக்கும் இந்தப் பள்ளி மிகவும் ஏழைமையான, பழமைவாதிகள் நிறைந்த ஒரு பஷ்டூன் மாநிலத்தில் இருக்கிறது. இங்கு மாணவர்களுக்கு ஆங்கிலம் சொல்லித்தரும் ஆசிரியை அப்ராஹ் குரேஷி கூறுகிறார்: 'எனது மாணவர்கள் மலாலாவைப் பற்றி நிறைய கேள்விப்பட்டிருக்கிறார்கள். சிலர் அவள் கடவுளை தூஷித்தாள் என்று சொன்னார்கள். சிலர் அவள் மதத்துக்கு எதிராகப் பேசினாள் என்று சொன்னார்கள். நீங்கள் அவள் எழுதிய நாட்குறிப்பை படித்திருக்கிறீர்களா என்று நான் கேட்டேன்'.

தினமும் ஒரு பக்கம் என்று மலாலாவின் நாட்குறிப்பைத் தன் மாணவர் களுக்குப் படித்துக் காண்பித்தார் இந்த ஆசிரியை. அவர்களையும் நாட்குறிப்பு எழுத உற்சாகப்படுத்தினார். 'அவளது எண்ணங்களைப் படிப்பது எனது மாணவர்களுக்கு ரொம்பவும் பிடித்திருக்கிறது. அவளது எண்ணங்களைப் படிக்க படிக்க மலாலாவைப் பற்றிய மாணவர்களின் கருத்துகளும் மொத்தமாக மாற ஆரம்பித்தன. மலாலாவைப் பற்றி சரியாக அறிந்துகொண்டு பிறகு ஒரு கருத்தை அவர்கள் உருவாக்கிக்கொள்ளவேண்டுமென்று நான் நினைத்தேன்'.

14 வயது சாரா (பெயர் மாற்றப்பட்டிருக்கிறது) தனது அழகிய கையெழுத்தில் தனது நாட்குறிப்பின் முதல் பக்கத்தில் 'மலாலாவுக்கு அர்ப்பணம்' என்ற தலைப்பில் தனது ஆசைகள் பற்றியும், தினசரி தான் காண்பதையும் எழுதுகிறாள்: 'மலாலா ஒரு தைரியமான, புத்திசாலிப் பெண் என்று எனக்குத் தோன்றுகிறது. தாலிபன்கள் அவளைப் பள்ளிக்குப் போவதிலிருந்து தடை செய்யக்கூடாது. ஒரு கொலையாளி அவளை தாக்குவது சரியல்ல. எல்லோருக்கும் அவரவர் வாழ்க்கை இருக்கிறது. நம்மிடையே இருக்கும் திறமைசாலிகளை நாம் மதிக்க வேண்டும். மலாலா திறமைசாலி. அவளை நாங்கள் மதிக்கிறோம்'.

'நாட்குறிப்பு எழுதுவது மிகவும் பிடித்திருக்கிறது. எனது ஆங்கில அறிவும் இதன்மூலம் அதிகரிக்கிறது' என்கிறாள் சாரா. சாராவின் நாட்குறிப்பு அவள் வாழும் நகரத்தின் அபாயங்களைப் பிரதிபலிக் கிறது. கராச்சியில் ஒரு நாளைக்கு சராசரியாக எட்டு பேர்கள் கோஷ்டி பூசலில் கொல்லப்படுகிறார்கள். 'ஏன் கொலையாளிகள் மக்களைக் கொல்கிறார்கள்? கொலைக்குப் பின் அவர்கள் நல்லவிதமாக உணர் கிறார்களா?' என்று கேட்கிறாள் சாரா.

இன்னொரு 13 வயதுச் சிறுமி அலியா, மலாலாவின் நாட்குறிப்புகளைப் படித்து மனம் நெகிழ்ந்ததாகச் சொல்கிறாள். தான் பெரியவளானதும் என்னென்ன செய்ய நினைத்திருக்கிறாள் என்று ஒரு பெரிய பட்டியலே

போடுகிறாள். அதில் நாட்டிலிருக்கும் சிறப்பு வாய்ந்த பல்கலைக் கழகத்தில் கணினி விஞ்ஞானம் படிக்க வேண்டுமென்ற ஆசையும் அடங்கும். லாகூர் மேலாண்மை பல்கலைக்கழகத்தில் படித்து முடித்து, பட்டதாரிகளால் நடத்தப்படும் 'டீச் ஃபார் பாகிஸ்தான்' இயக்கத்தில் சேர்ந்து நாட்டில் இருக்கும் குறைந்த வசதி கொண்ட பள்ளிகளில் கல்வி கற்பிக்கவேண்டும் என்றும் ஆசைப்படுகிறாள்.

பல சவால்களுக்கிடையே இயங்கும் 'டீச் ஃபார் பாகிஸ்தான்' இந்தப் பெண்களின் பெற்றோர்களுடனும், அவர்களின் சமூகத்துடனும் கைகோர்த்து இவர்கள் கல்விக்காகப் பணிபுரிகிறது. இந்தக் காரணத் தால் அலியா மற்றும் சாரா படிக்கும் பள்ளிகளில் இந்த வருடம் பெண்களின் சேர்க்கை இரண்டு மடங்காகி இருக்கிறது. நிறைய பெண்கள் இந்த இயக்கத்தில் சேர்ந்து கல்வி கற்பிக்க முன் வரு கிறார்கள். இதனால் பெண்கள் பள்ளியில் பணிபுரிய நிறைய பெண் ஆசிரியர்கள் கிடைப்பார்கள்.

சாரா தனது நாட்குறிப்பில் எழுதிய இன்னொரு விஷயம்: 'நான் என்னவாக வேண்டும்? எனக்குப் பல பணிகள் பிடிக்கும். பாடகி, நடனக்கலைஞர், ஆசிரியை, கவிஞர் என்று எதுவாக இருந்தாலும். ஆனால் எனக்கு மிகவும் பிடித்தது ராணுவம். நான் சிறப்பானவளாக வர முடியவில்லை என்றால் ஒரு நல்ல மனுஷியாக உருவாக விரும்பு கிறேன்!'

இத்தகைய நேர்மறையான எண்ணங்களை பள்ளிச் சிறுமிகள் மனதில் தோன்றச் செய்த மலாலா பாகிஸ்தானில் ஒரு போர்க்களத்தை உருவாக்கியிருக்கிறாள் என்று இஸ்லாமாபாத் பல்கலைகழகப் பேராசிரியர் டாக்டர் பார்சனா பரி கூறுகிறார். அதையும் பார்ப்போம்.

மலாலாவை மேற்கத்திய நாடுகள் தத்து எடுத்துக் கொண்டு விட்டது என்று பாகிஸ்தானில் இருக்கும் பழமைவாதிகளும், அடிப்படைவாதி களும் கூறுகிறார்கள். மலாலாவையும், அவள் எழுதிய புத்தகத்தையும் சுற்றி நடக்கும் சூடான சர்ச்சைகள் கருத்தியல் ரீதியான பிரிவை சமு தாயத்தில் உண்டாக்கியிருக்கிறது. இப்போது நடக்கும் விவாதங்கள் மலாலாவைச் சுற்றியோ, அவள் புத்தகத்தைப் பற்றியோ இல்லை. அவளது உடலே இப்போது போர்க்களமாகிவிட்டது. அவளை வைத்துக்கொண்டு பழமைவாதிகளும், அடிப்படைவாதிகளும் சண்டை போட்டுக்கொண்டிருக்கிறார்கள்.

மலாலாவுக்கு எல்லாவிதமான விருதுகளும் - நோபல் பரிசு உள்பட - கொடுத்து மேலைநாடுகள் தங்களைப் பெண்களுக்காக, கல்விக்காக பாடுபடும் நாயகர்களாக காட்டிக்கொள்ள விரும்புகின்றன. தாங்கள்

பெண்களின் பாதுகாவலர்கள் என்ற ஒரு சித்திரத்தை இந்நாடுகள் வரைய விரும்புகின்றன. வடக்கில் இருக்கும் கிருஸ்தவர்களுக்கும், கிழக்கில் இருக்கும் முஸ்லிம்களுக்கும் இடையே இருக்கும் அழுத்தங்கள் இன்னும் அதிகமாகி இருக்கின்றன.

பாகிஸ்தானில் இருக்கும் தீவிரவாதிகள் மலாலாவை மேலை நாடுகளின் பிரதிநிதி என்று சொல்கிறார்கள். இந்தத் தீவிரவாதிகள் அமெரிக்காவின் செயல்பட்டியலை இங்கு புகுத்தினார்கள். ஜிகாதி களை உருவாக்க அமெரிக்கப் பணம் இவர்களுக்கு உதவியது. மலாலாவைத் தாக்கியவர்களைக் கண்டிப்பதற்குப் பதிலாக அவளை மேலைநாடுகளின் கைப்பாவை என்று சொல்லி தாங்கள் செய்த ஈனச் செயல்களை நடுநிலையான செயல்களாக மாற்ற நினைக்கிறார்கள் இந்தத் தீவிரவாதிகள். இப்படியெல்லாம் பேசி பொதுமக்களைக் குழப்ப நினைக்கிறார்கள். இப்படிச் செய்வதன்மூலம்,மலாலா தாக்கப் பட்ட பின் பெண்கள் கல்வி பற்றி உருவான ஒருமித்த கருத்துக்களைக் குறைத்து மதிப்பிடுகிறார்கள் இவர்கள்.

மலாலா மேல் நடத்தப்பட்ட மிருகத்தனமான தாக்குதலால் பயன டைந்தவர்கள் யார் தெரியுமா? பாகிஸ்தானின் பெண்கள்! பெண்கள் உரிமை இயக்கங்கள் 65 வருடங்களாகச் சாதிக்க முடியாததைத் தனி ஒரு ஆளாக மலாலா சாதித்துவிட்டாள். பாகிஸ்தானில் மட்டுமில்லாமல், உலக அளவிலும் பெண்கள் உரிமை, பெண்கள் கல்வி ஆகியவற்றைப் பற்றிய விழிப்புணர்வை ஏற்படுத்திவிட்டாள். மலாலாவின் குரல் ஒடுக்கப்பட்ட, ஓரங்கட்டப்பட்டவர்களின் குரல். மலாலாவின் வெற்றி நமது சமுதாயத்தின் தாராளவாத, ஜனநாயக எண்ணங்களின் வெற்றி. இதனாலேயே பிற்போக்குவாதிகளுக்கு மலாலா வெறுக்கத்தக்க வளாக, அபாயகரமானவளாக, அச்சுறுத்துபவளாக தெரிகிறாள்.

மலாலா என்ன சொல்கிறாள்?

கடவுள் எத்தனை உயர்ந்தவர் என்பதை உணர நாம் மறுக்கிறோம். அவர் நமக்கு அசாதாரணமான ஒரு மூளையையும் உணர்ச்சிகரமான, அன்பான, இதயத்தையும் கொடுத்திருக்கிறார். இரண்டு உதடுகள் நாம் பேசுவதற்கு; நம் உணர்வுகளைத் தெரிவிக்க; இரண்டு கண்கள் உலகத்தின் வண்ணங்களையும் அழகையும் பார்க்க; இரண்டு கால்கள் வாழ்க்கை என்னும் வீதியில் நடக்க; இரண்டு கைகள் நமக்காக உழைக்க; நாசி வாசனைகளை முகர; இரண்டு செவிகள் அன்பான வார்த்தைகளைக் கேட்க; என்பதாக கடவுள் நம்மை ஆசீர்வதித்திருக் கிறார். நம்முடைய ஒவ்வொரு உறுப்பும் எத்தனை சக்தி வாய்ந்தவை என்பதை நாம் ஓர் உறுப்பை இழக்கும்போதுதான் உணர்கிறோம்.

என்னைப்போல! என் செவியின் அருமை நான் அதை இழந்தவுடன்தான் எனக்குப் புரிந்தது.

இன்று நான் என்னைக் கண்ணாடியில் பார்த்துக்கொள்ளும்போது ஒரு நினைவு என் மனத்தில் வந்து போகிறது: நான் ஒரு அங்குலம், இரண்டு அங்குலம் உயர வேண்டும் என்று கடவுளிடம் பிரார்த்தித்து இருக் கிறேன். கடவுள் என்னை வானத்தை விட உயரமாக வளரச் செய்து விட்டார். எவ்வளவு என்று என்னால் அளவிட முடியாத உயரத்துக்கு உயர்த்திவிட்டிருக்கிறார். அதனால் என்னை உயரமாக்கினால் செய்கிறேன் என்று வாக்குறுதி அளித்த அதிகப்படியான நூறு பிரார்த்தனைகளை மனமுவந்து செய்துவிட்டேன்!

கல்லறைக்குப் போக இருந்த என்னை கடவுள் தடுத்துவிட்டார். இது எனக்குக் கிடைத்திருக்கும் இரண்டாவது வாழ்க்கை. என்னை உயிருடன் விட்டிருப்பதற்கு ஏதோ ஒரு காரணம் இருக்கிறது. மக்களுக்கு உதவி செய்யவே என்னை இறைவன் மீட்டிருக்கிறார். நான் எப்போதும் பிறருக்கு உதவி செய்யவேண்டும். அதற்கு நீ எனக்கு உதவ வேண்டும் என்று நான் இறைவனிடம் பிரார்த்திக்கிறேன்.

15. மலாலா என்பது பெயரல்ல

2014, டிசம்பர் 16 ஆம் தேதி பாகிஸ்தான் சரித்திரத்தில் ஒரு கறுப்பு நாள். தாலிபன்களின் பழங்குடி இன மக்கள் வசிக்கும் பகுதிகளில் பாகிஸ்தான் அரசு சமீபத்தில் மேற்கொண்ட கடுமையான ராணுவ நடவடிக்கைகளுக்குப் பின், இது போன்ற ஒரு காட்டுத்தனமான தாக்குதலை பாகிஸ்தான் எதிர்பார்த்திருந்தாலும்,பெஷாவரில் பள்ளிக் குழந்தைகள் மீது தீவிரவாதிகள் நடத்திய தாக்குதல் பாகிஸ்தானில் மட்டுமல்ல உலகெங்கும் அதிர்ச்சியை உண்டாக்கியிருக்கிறது. தெஹ்ரிக்-இ-தாலிபன் தீவிரவாதிகள் பெஷாவரிலுள்ள ஒரு ராணுவப் பள்ளி வளாகத்துக்குள் நுழைந்து அங்கிருந்த குழந்தைகளைக் கண்மூடித்தனமாகக் சுட்டுக் கொன்றனர். அத்துடன் நில்லாமல் முதுகுத்தண்டைச் சில்லிட வைக்கும் ஓர் அறிக்கையையும் விடுத்தனர்: ‘எங்கள் தாக்குதலுக்கு நாங்கள் வேண்டுமென்றேதான் ராணுவம் நடத்தும் இந்தப் பள்ளியை தேர்ந்தெடுத்தோம். எங்களைக் குறிவைத்துத் தாக்கி எங்கள் குடும்பத்தையும் எங்கள் பெண்களையும் அழிக்கும் அரசு எங்கள் வலிகளை உணரட்டும்’.

தீவிரவாதிகளின் தாக்குதலால் பல ஆயிரக்கணக்கானவர்கள் இறந்து போவது பாகிஸ்தானில் சமீப காலங்களில் அதிகரித்திருந்தாலும், பெஷாவரில் நடந்த இந்தப் படுகொலை எப்போதும் இல்லாத அளவுக்கு அதிர்ச்சியை உண்டு பண்ணியிருக்கிறது. பிரதம மந்திரி நவாஸ் ஷெரிஃப் இது ஒரு தேசிய துக்கம் என்று கூறினார். தாலிபனுக்கு எதிரான ராணுவ நடவடிக்கைகளைப் பற்றி அதிகம் பேசாத பாகிஸ்தான் அரசியல் தலைவர்கள்கூட இந்தப் படுகொலையைக் கண்டித்ததுடன் ராணுவ நடவடிக்கைளுக்கு தங்கள் ஆதரவையும் தெரிவித்துள்ளார்கள்.

குழந்தைகளின் கூக்குரல் கேட்டதும், அந்தப் பள்ளியில் இருந்தவர்கள் முதலில் இளம் பிள்ளைகள் சத்தம் போட்டுக் கொண்டு விளையாடிக் கொண்டிருக்கிறார்கள் என்றே நினைத்தனர். பெரிய வகுப்புப் பிள்ளைகள் மேல் தளத்தில் பரிட்சை எழுதிக்கொண்டிருந்தனர். பெஷாவரில் அந்த ராணுவப் பள்ளிக்கூடம் மிகவும் பத்திரமானதோர் இடத்தில் - ராணுவ விளையாட்டரங்கம், ராணுவப் பாதுகாப்பு அதிகாரிகள் மற்றும் காவல்நிலைய அதிகாரிகள் குடியிருப்புக்களின் நடுவே - அமைந்திருந்தது. பெஷாவரிலுள்ள பள்ளிகளில் பெரும் பாலும் ராணுவக் குடும்பத்தைச் சேர்ந்த குழந்தைகளே படித்துக் கொண்டிருந்தனர். பல ராணுவ அதிகாரிகளின் மனைவிகள் இங்கு ஆசிரியைகளாக வேலை பார்த்து வந்தனர். இவையெல்லாம் தீவிரவாதிகளுக்குத் தெரிந்திருந்தது என்கின்றன செய்திகள். தங்களை அழித்த பாகிஸ்தானிய அரசைப் பழி வாங்க இந்தப் பள்ளியில் படிக்கும் ராணுவ அதிகாரிகளின் குழந்தைகளைக் கொன்று குவிக்க பாகிஸ்தானிய ராணுவ உடையில் தீவிரவாதிகள் பள்ளிக்குள் நுழைந்த போது பள்ளி நிர்வாகத்தினர் குழம்பித்தான் போயினர்.

மொத்தம் எட்டு தீவிரவாதிகள். ஐந்து பேர் கண்ணில் பட்ட மாணவர் களைச் சுட ஆரம்பித்தனர். மற்ற மூவர் யாரும் தப்பித்து ஓடாமல் கண்காணிப்புப் பணியில் நின்றிருந்தனர். சிறு வகுப்புக் குழந்தை களைத் துப்பாக்கி முனையில் மிரட்டி ஆடிட்டோரியத்தில் உட்கார வைத்தனர். வகுப்பறைகளில் இருந்த மாணவர்களைக் கண்மூடித் தனமாகச் சுட்டதில் 140 அப்பாவிக் குழந்தைகள் மடிந்தனர். ஒரு தற்கொலைப் படை தாலிபன் அறுபது மாணவர்கள் உட்கார்ந்திருந்த வகுப்பில் நுழைந்து தன்னைத் தானே வெடித்துக் கொண்டான். உயிரிழந்த குழந்தைகள் 6 வயது முதல் 18 வரை உள்ளவர்கள்.

பாகிஸ்தான் ராணுவம் செய்தி அறிந்து வருவதற்குள் 80 பேர் உயிரிழந்திருந்தனர். இரு தரப்பிலும் அதற்குப் பிறகு தொடர்ந்து நடந்த துப்பாக்கிச் சூட்டில் நூறுக்கும் மேற்பட்டோர் படுகாயம் அடைந்தனர். பள்ளிக்குள் ஒளிந்திருந்த தீவிரவாதிகள் ராணுவத் தாக்குதலில் உயிரிழந்தனர். சுமார் ஐநூறு மாணவர்களைப் பள்ளியிலிருந்து அப்புறப்படுத்தியதாக ராணுவம் தெரிவித்தது. பள்ளியில் நடக்கும் கலவரம் குறித்து கேள்விப்பட்டு தங்கள் குழந்தைகளைப் பார்க்க ஓடோடி வந்த பெற்றோர்கள் சுமார் பத்து மணி நேரம் பள்ளியின் உள்ளே என்ன நடக்கிறது என்றே தெரியாமல் தவித்தபடி காத்திருந்தனர். காலையில் குழந்தைகளை வழக்கம்போல பள்ளிக்கு அனுப்பிவிட்டு மாலையில் அவர்களை உயிரற்ற சடலங்களாகப் பார்த்த பெற்றோர்களுக்கு என்ன ஆறுதல் சொல்ல?

இந்தத் தாக்குதலுக்கு, தாலிபன்களுக்கு எதிராக பாகிஸ்தான் அரசாங்கம் எடுத்த நடவடிக்கைகள் காரணம் என்றாலும், இன்னும் பல காரணங்கள் இருக்கின்றன என்று செய்திகள் கூறுகின்றன. பாகிஸ்தான் ராணுவம் தாலிபன்களை அவர்களது பலம் பொருந்திய இடங்களிலிருந்து அகற்றியதாகச் சொல்லப்படுவது; ஆப்கனிஸ்தானில் கூடிய விரைவில் வரப்போகும் அதிபர் தேர்தல்; மலாலாவுக்கு நோபல் பரிசு கொடுக்கப்பட்டது ஆகியவவை பிரதானமானவை. இஸ்லாமியத் தீவிரவாதிகளைப் பற்றிய ஆய்வில் தேர்ந்த அஹ்மத் ராஷித் கூறுகிறார்: 'கிளர்ச்சிக்காரர்கள் பள்ளிக்கூடத்தைத் தாக்கியதற்குப் பல காரணங்கள் இருக்கலாம். அவற்றில் ஒன்று மலாலாவின் ஆதரவாளர்களுக்கு இந்தத் தாக்குதல்மூலம் அவர்கள் அனுப்ப விரும்பிய செய்தி. ஏற்கெனவே அவர்கள் மலாலாவை மேற்கத்திய சைத்தான்களுடன் கூட்டு வைத்துக்கொண்டிருப்பதாகக் குற்றம் சொல்லிக்கொண்டிருக்கிறார்கள். அவளுக்கும், அவள் ஆதரவாளர்களுக்கும் தீவிரவாதிகள் கொடுக்கும் எச்சரிக்கைதான் இது'.

இந்தத் தீவிரவாதத் தாக்குதலுக்குப் பிறகு பாகிஸ்தான் அதிபர் நவாஸ் ஷெரிஃப் 'தீவிரவாதத்தை வேறோடு அழிப்பேன்' என்று சபதமெடுத்திருக்கிறார். 'எனது இதயம் நொறுங்கிவிட்டது' என்று சொல்லியிருக்கிறாள் மலாலா. 'அர்த்தமில்லாத, ரத்தத்தை உறையச் செய்யும் ஒரு பயங்கரவாதம் பெஷாவரில் நம் கண் முன் நடந்திருக்கிறது. ஒன்றுமறியா இளம் குழந்தைகள் படிக்கும் ஒரு பள்ளியில் இதுபோன்ற தீவிரவாதத்துக்கு இடமே இல்லை. இந்தக் கோழைத்தனமான, அராஜகச் செயலை நான் கடுமையாகக் கண்டிக்கிறேன். இந்தச் செயல்களை அடக்க அரசு மற்றும் ராணுவம் எடுக்கும் நடவடிக்கைகள் மிகச் சிறப்பாக இருக்கின்றன. அவற்றை நான் முழுமனதுடன் ஆதரிக்கிறேன். உலகெங்கிலும் இருக்கும் ஆயிரக்கணக்கானவர்களுடன் சேர்ந்து இறந்துபோன குழந்தைகளுக்காக - எனது சகோதர சகோதரிகளுக்காக - சோகப்படுகிறேன். ஆனால் எங்களை யாரும் வீழ்த்தமுடியாது என்பது நிச்சயம்'.

தாலிபன்களால் அச்சுறுத்தப்படும் குழந்தைகளுக்கு மட்டுமல்ல, தாலிபன்களுக்குமேகூட மலாலா ஒரே தீர்வைத்தான் அளிக்கிறார். கல்வி. இந்தக் கல்வி மட்டும் கிடைத்துவிட்டால் தாலிபன்கள்கூட மனம் மாற வாய்ப்பு உண்டு என்பதே மலாலாவின் நம்பிக்கையாக இருக்கிறது. இவ்வளவு கொடுமைகள் நிகழ்ந்தபிறகும் மலாலாவின் உள்ளத்தில் இப்படியொரு நம்பிக்கை துளிர்த்திருப்பது வியப்பளிக்கிறது.

நிதானமாக யோசித்துப் பார்த்தால், மகாத்மா காந்தி இப்படிப்பட்ட நம்பிக்கையைத்தான் கொண்டிருந்தார் என்பதை உணரமுடியும்.

அதையேதான் அவர் மற்றவர்களுக்கும் அளித்து வந்தார். எதிரிகள், நண்பர்கள் என்று அவர் இனம் பிரித்துப் பார்க்கவில்லை. அறம் ஒன்றே அவருடைய விழுமியம். அது மட்டுமே அவருடைய உரைகல். அதைக் கொண்டே அவர் அனைவரையும், அனைத்தையும் மதிப் பிட்டார். எதிரிகளையும் மனிதர்களாக அவரால் காணமுடிந்தது. அவர்களோடு உரையாட முடிந்தது. வென்றெடுக்கவும் முடிந்தது.

தாலிபன் மலாலாவின்மீது குண்டு மழையையும் அதைவிட மோசமான வெறுப்பு மழையையும் உமிழ்ந்தபோதும் மலாலா அவர்களோடு உரையாடவே செய்கிறாள். அவர்களுக்கும் அவர் கல்வியையே பரிந்துரைக்கிறார். தீவிரவாதத்தைத்தான் மலாலா வெறுக்கிறார், கண்டிக்கிறார்; தீவிரவாதிகளை அல்ல. மிகவும் விசாலமான, தூய்மையான ஓர் உள்ளத்தில்தான் இப்படியொரு அன்பு சுரக்கும்.

மலாலாவை காந்தியாகவோ புத்தராகவோ இயேசுநாதராகவோ மாற்றவேண்டியதில்லை. அவளை ஆராதிக்கவோ, கொண்டாடவோ வேண்டியதில்லை. நீங்கள், நான், தாலிபன் என்று யார் வேண்டு மானாலும் மலாலாவாக மாறலாம். நம்மைச் சுற்றியிருப்பவர்களின் உரிமைகள் மறுக்கப்படும்போது அவர்கள் சார்பாக குரல் கொடுத்தால் நாமும்கூட மலாலா ஆகலாம். நம்மைச் சுற்றியிருப்பவர்களின் துயரங் களை நம்முடையதாகக் கருதி வருந்தினால், அந்த நிலைமையை மாற்ற முன்வந்தால் நாமும் மலாலா ஆகலாம். ஆம், மலாலா என்பது ஒரு பெயரல்ல. அது ஒரு குறியீடு.

ஆதாரங்கள்

புத்தகங்கள்

- *I Am Malala: The Girl Who Stood Up for Education and Was Shot by the Taliban*, Malala Yousafzai, Little, Brown and Company

கட்டுரைகள்

- *10 Ways Malala Yousafzai Has Changed the World*, Chelsea Dias, mic.com
- *Pakistani Women Unite to Battle Religious Extremism*, Malik Siraj Akbar, The Huffingtom Post
- *Poverty has a Woman's Face*, Dawn
- *Pakistani Women, Religious Extremism and Traditions*, socialistworld.net
- *Women in Pakistan*, Wikipedia
- *Has Malala Become a Puppet of the West?* Humaira Awais Shadid, The Daily Beast
- *I hope Malala doesn't win the Nobel Peace Prize*, Rob Crilly, The Telegraph
- *Nobel Peace Prize Recipiant Malala Yousafzai is a Coward and a Hypocrite*, Billy Chubbs, Return of Kings.com
- *My Daughter Malala*, Ziauddin Yousafzai, TED.com
- *Why the world loves Malala*, Shivam Vij, Tribune
- *Malala: The Battleground*, Dr Farzana Bari, Tribune
- http://news.bbc.co.uk/
- http://community.malala.org/

68840

PRAISE FOR

Sex in an Age of Technological Reproduction
ICSI and Taboos

"Djerassi is in a unique position to dramatize what he calls the tribal practices of scientists and the ethical dimensions of the new technologies of reproduction. In addition, his clarity as a writer, and his sense of serious mischief as an agent provocateur, make these plays compelling."

Elaine Showalter,
Princeton University, author of *Sexual Anarchy*

"No one is better qualified than Carl Djerassi to explore the possibilities and problems opened up by the application of modern science to human fertilization, or more skilled in making the subject interesting and comprehensible to the layperson. As these two plays demonstrate, he has developed a form of drama on scientific themes that is as entertaining as it is instructive, on the page as well as on the stage."

David Lodge,
author of *The Year of Henry James* and *Author, Author*

"I am most impressed by Professor Djerassi's plays. He conveys a great deal of information with wit and memorable characterization. A remarkable achievement."

Baroness Mary Warnock,
Chair of UK Commission on Fertilisation, House of Lords